கௌதம புத்தரின் வாழ்க்கை

ஆசிரியர்:

மயிலை சீனி.வேங்கடசாமி

அறம் பதிப்பகம்

கௌதம புத்தரின் வாழ்க்கை

ஆசிரியர்: மயிலை சீனி. வேங்கடசாமி

முதல் பதிப்பு: மார்ச், 2023

வெளியீடு: அறம் பதிப்பகம்

வெளியீட்டு எண்: 103

GOWTHAMA BHUTHARIN VAAZHKKAI

Author: MAYILAI SEENI. VENKATASAMI

First Edition: March, 2023

வெளியீடு: அறம் பதிப்பகம்

3/ 604, புனிதர் சேவியர் தெரு,

புறவழிச்சாலை எதிரில்,

கஸ்தூரிபாய் நகர், முள்ளிப்பட்டு,

ஆரணி 632 316

பேச: 9150724997/ 8489664001

e-mail: arampublication50@gmail.com

Book Design: R.Prakash

Wrapper Design: G.Murugan

Printed at: Durga printers, Chennai-14

Pages: 184

ISBN: 978-93-91480-71-4

கௌதம புத்தர்

குறிப்பு: மயிலை சீனி. வேங்கடசாமி அவர்கள் கௌதம புத்தர் (1956) என்னும் தலைப்பில் எழுதிய நூல் இது.

முதற் பதிப்பின் முகவுரை

உலகத்திலே அதிகமாகப் பரவிச் சிறப்புற்றிருக்கிற பெரிய மதங்களிலே பௌத்த மதமும் ஒன்று. புகழ் பெற்ற பௌத்த மதத்தை உண்டாக்கியபெரியார் பகவன் கௌதம புத்தர் ஆவர். கௌதம புத்தர், நமது பாரத நாட்டிலே பிறந்து வளர்ந்து வாழ்ந்தபடியினாலே பாரத நாடு பௌத்தர்களின் புண்ணிய பூமியாகும். பகவன் புத்தர் பிறந்து இப்போது 2500 ஆண்டுகள் ஆகின்றன. இந்த விழாவைப் பௌத்த உலகம் கொண்டாடுகிறது.

உலகப் பெரியாரான கௌதம புத்தர் நமது நாட்டில்பிறந்த சிறந்த பெரியார் என்கிற காரணத்தினாலேயும், பௌத்த சமயப் புண்ணியத் தலங்கள் இங்கு உள்ளன என்னும்காரணத்தினாலேயும், பாரத நாட்டினராகிய நாம் பெருமிதம் கொள்கிறோம்; பெருமையடைகிறோம். இக்காரணங்கள் பற்றியே, பகவன் புத்தர் பிறந்த 2500 ஆவது ஆண்டுவிழாவை, 1956ஆம் ஆண்டு மே மாதம் 24ஆந்தேதி வைசாகப் பௌர்ணயாகிய புண்ணிய நாளிலே, அரசாங்கத்தாரும் பொதுமக்களும் சேர்ந்து சிறப்பாகக் கொண்டாடுகிறோம்.

இந்தப் புண்ணிய நாளிலே பகவன் புத்தருடைய சரித்திர வரலாற்றை எழுதி வெளிப்படுத்துவது மிகவும்

பொருத்தமானதே. இப்போது நமது நாட்டில் உள்ள புத்தர் சரித்திரங்கள், பள்ளி மாணவர் சரித்திரப்பாடத்தில் கற்கும் வெறும் கதையாக எழுதப்பட்டுள்ளன. சமய சம்பிரதாயத்தை ஒட்டிய புத்தர் வரலாறு தமிழில் இல்லை என்னும் குறைபாடு உண்டு.

நமது நாட்டிலே இராமாயணம், பாரதம், புராணங்கள் முதலியசமய சம்பந்தமான கதைகள், மத சம்பிரதாய முறையில் எழுதப்பட்டு, அநேக அற்புதங்களும் புதுமைகளும் தெய்விகச் செயல்களும் நிரம்பியனவாகவுள்ளன. இவைகளைப் பக்தியோடு மக்கள் படித்து வருகிறார்கள். உலகத்திலேயுள்ள சமயப் பெரியார்களின் சரித்திரங்கள் எல்லாம் (நபி நாயகம், ஏசு கிறிஸ்து முதலிய சமயத் தலைவர்கள் உட்பட) தெய்வீகச் செயல்களும் அற்புத நிகழ்ச்சிகளும் உடையனவாக உள்ளன. பகவன் புத்தருடைய சரித்திரமும், சமய சம்பிரதாய முறையில் பார்க்கும்போது, தெய்வீகச் செயல்களையும் அற்புத நிகழ்ச்சிகளையும் கொண்டுள்ளது. இப்போது தமிழ்நாட்டில் வழங்கும் புத்தசரித்திரங்கள்,அந்த அற்புத செயல்கள் நீக்கப்பட்டு வெறும் கதைகளாக எழுதப்பட்டுள்ளன. அதனால், பௌத்தமத சம்பிரதாயப்படியுள்ள புத்த சரித்திரம் கிடைக்கப் பெறுவது இல்லை.

இந்தக் குறைபாட்டினை நீக்கக் கருதி இந்தப் புத்த சரித்திரம் எழுதப்பட்டது.ஆயினும் இதுவிரிவான நூல் என்று கூறுவதற்கில்லை. சில செய்திகள் விரிவஞ்சி விடப்பட்டன. ஆயினும் ஆயினும் முக்கியமான வரலாறுகளை விடாமல் கூறப்பட்டுள்ளது.

பௌத்த சமயத்தின் தத்துவமாகிய நான்கு வாய்மைகளும அஷ்டாங்க மார்க்கங்களும் பன்னிரு நிதானங்களும் இந்நூலுள் காட்டப்பட்டுள்ளன. பௌத்த மதத் தத்துவத்தை ஆழ்ந்து கற்பவருக்கு இவை சிறிதளவு பயன்படக்கூடும். இந்நூலின் இறுதியில் பின் இணைப்பாகத் திரிசரணம், தசசீலம், திரிபிடகசு அமைப்பு ஆகிய இவைகள் விளக்கப்படுகின்றன. பழந்தமிழ் நூல்களிலே சிதறிக்கிடக்கிற புத்தர் புகழ்ப்பாக்கள், தொகுக்கப்பட்டு இந்நூலின் இறுதியில் சேர்க்கப்பட்டுள்ளன. பழைய இனியஇப்புகழ்ப்பாக்கள் வாசகர்களுக்கு இன்பம் பயக்கும் என்பதில் சிறிதும் ஐயமில்லை.

இந்நூலில் காணப்படும் குற்றங்களை நீக்கிக் குணத்தைக் கொள்ளும்படிக் கேட்டுக்கொள்கிறேன்.

இங்ஙனம்

மயிலை சீனி. வேங்கடசாமி

15—5—56, சென்னை — *4*

பொருளடக்கம்

சித்தார்த்தரின் இல்லற வாழ்க்கை

சித்தார்த்தர் பிறப்பு

இந்திய தேசம் என்றும் நாவலந்தீவு என்றும் கூறப்படுகிற பரதகண்டத்திலே, மத்திய தேசத்திலே சாக்கிய ஜனபதத்திலே கபிலவத்து என்னும் அழகான நகரம் ஒன்று இருந்தது. ஒரு காலத்தில் அந்த நகரத்தை ஜயசேனன் என்னும் அரசன் அரசாண்டு வந்தான். அவ்வரசனுக்குச் சிம்மஹனு என்னும் மகன் பிறந்தான். சிம்ம ஹனுவுக்குச் சுத்தோதனர், சுல்லோதனர், தோதோதனர், அமிதோதனர், மிதோதனர் என்னும் ஐந்து ஆண் மக்களும், அமிதை, பிரமிதை என்னும் இரண்டு பெண் மகளிரும் பிறந்தனர். இவர்களுள் மூத்த மகனான சுத்தோதனர், தமது தந்தை காலமான பிறகு, அந் நாட்டின் அரசரானார். சுத்தோதன அரசரின் மூத்த மனைவியாரான மஹாமாயா தேவிக்கு ஒரு ஆண் மகவும், இளைய மனைவியாரான பிரஜாபதி கௌதமிக்கு ஒரு ஆண் மகவும், ஒரு பெண் மகவும் ஆக மூன்று மக்கள் பிறந்தனர். மாயா தேவிக்குப் பிறந்த மகனுக்குச் சித்தார்த்தன் என்று பெயர்சூட்டினார்கள். பிரஜாகௌதமைக்குப் பிறந்த மகனுக்கு நந்தன் என்றும், மகளுக்கு நந்தை என்றும் பெயர்சூட்டினார்கள். இவர்களுள் சித்தார்த்த குமாரன் போதி ஞானம் அடைந்து புத்த பகவானாக விளங்கினார். இவருடைய வரலாற்றினை விரிவாகக் கூறுவோம்.

கபிலவத்து நகரத்திலே ஆண்டுதோறும் நடைபெற்ற விழாக்களில் ஆஷாடவிழா என்பதும் ஒன்று. இந்த விழா வேனிற் காலத்திலே ஆறு நாட்கள் கொண்டாடப்படும். இவ் விழாவின் போது நகர மக்கள் ஆடை அணிகள் அணிந்து, விருந்து உண்டு, ஆடல் பாடல் வேடிக்கை வினோதங்களில்

மகிழ்ந்திருப்பர். சுத்தோதன அரசரும் நறுமண நீரில் நீராடி உயர்ந்த ஆடை அணிகள் அணிந்து நறுமணம் பூசி அறுசுவையுண்டி அருந்தி அரசவையிலே அமைச்சர், சேனைத் தலைவர் முதலிய குழுவினர் சூழ அரியாசனத்தில் வீற்றிருந்து ஆஷாடவிழாக் கொண்டாடுவார்.

வழக்கம்போல ஆஷாடவிழா வந்தது. நகரமக்கள் அவ் விழாவை நன்கு கொண்டாடினர். அரண்மனையில் அரசியாராகிய மாயாதேவியாரும் இவ் விழாவைக் கொண்டாடி மகிழ்ந்தார். ஆறு நாட்கள் விழாவைக் கொண்டாடிய பிறகு ஏழாம் நாளாகிய ஆஷாட பௌர்ணமியன்று மாயாதேவியார் நறுமண நீராடி நல்லாடை யணிந்து ஏழை எளியவருக்கும் ஏனையோருக்கும் உணவு உடை முதலியன வழங்கினார். பின்னர் தாமும் அறுசுவை உணவு அருந்தி அஷ்டாங்க சீலம் என்னும் நோன்பு நோற்றார். இரவானதும் படுக்கையறை சென்று கட்டிலிற் படுத்துக் கண்ணுறங்கினார். இரவு கழிந்து விடியற் காலையில் ஒரு கனவு கண்டார்.

மாயாதேவியார் கண்ட கனவு இது: இந்திரனால் நியமிக்கப்பட்ட திக்குப்பாலர்களான திருதராட்டிரன் விருபாக்கன், விருளாக்ஷன், வைசிரவணன் என்னும் நான்கு தேவர்கள் வந்து மாயாதேவியார் படுத்திருந்த படுக்கையைக் கட்டிலோடு தூக்கிக் கொண்டுபோய், இமய மலைக்குச் சென்று அங்கிருந்த மனோசிலை என்னும் பெரிய பாறை யின் மேலே ஒரு சால மரத்தின் கீழே வைத்து ஒரு புறமாக ஒதுங்கி நின்றார்கள். அப்போது அந்தத் தேவர்களின் மனைவியரான தேவிமார் வந்து மாயாதேவியாரை அழைத்துக் கொண்டுபோய் அருகிலிருந்த அநுவதப்தம் என்னும் ஏரியில் நீராட்டினார்கள். நீராட்டிய பின்னர் உயர்தரமான ஆடை அணிகளை அணிவித்து நறுமணச் சாந்து பூசி மலர் மாலைகளைச் சூட்டினார்கள். பிறகு, அருகிலே இருந்த வெள்ளிப் பாறையின் மேல் அமைந்திருந்த பொன் மாளிகைக்குள் மாயா தேவியாரை அழைத்துக் கொண்டுபோய் அங்கிருந்த ஒரு கட்டிலில் மேற்குப்புறமாகத் தலைவைத்துப் படுக்க வைத்தனர்.

மாயாதேவியார் படுத்திருந்த போது, அருகிலிருந்த மலைகளின் மேலே மிக்க அழகுள்ள வெள்ளையானையின்

இளங்கன்று ஒன்று உலாவித் திரிந்து கொண்டிருந்தது. அந்த யானைக்கன்று பொன் நிறமான பாறைகளின் மேலே நடந்து மாளிகை இருந்த வெள்ளிப் பாறைக்கு வந்தது. பாறையின் வடபுறமாக வந்து தும்பிக்கையிலே ஒரு வெண்டாமரைப் பூவை ஏந்திக்கொண்டு பிளிறிக்கொண்டே மாளிகைக்குள் நுழைந்து மாயாதேவியார் படுத்திருந்த கட்டிலருகில் வந்தது. வந்து, கட்டிலை மூன்று முறை வலமாகச் சுற்றி, தேவியாரின் வலது பக்கமாக அவர் வயிற்றுக் குள் நுழைந்துவிட்டது.

இவ்வாறு மாயாதேவியார் விடியற்காலையில் ஒரு கனவு கண்டார். போதிசத்துவர், தாம் எழுந்தருளியிருந்த துடிதலோகத்தை விட்டு இறங்கிவந்து மாயாதேவியாரின் திருவயிற்றில் கருவாக அமைந் தருளியதைத்தான் தேவியார், வெள்ளை யானைக்கன்று தமது வயிற்றில் நுழைந்ததாகக் கனவு கண்டார்.

இவ்வாறு கனவு கண்ட மாயாதேவியார் விழித்தெழுந்து தாம் கண்ட கனவை அரசரிடம் கூறினார். சுத்தோதன அரசர், நூல்களைக் கற்றறிந்த அந்தணர் அறுபத்து நால்வரை அழைத்து, அறுசுவை உணவு களை உண்பித்து, அரசியார் கண்ட கனவை அவர்களுக்குக் கூறி அதன் கருத்து என்னவென்று கேட்டார். கனவை ஆராய்ந்து பார்த்த அந்தணர்கள் அதன் கருத்தைத் தெரிவித்தார்கள். அரசியாருக்குக் கருப்பம் வாய்த்திருப்பதை இக் கனவு தெரிவிக்கிறது; அரசியாருக்கு ஒரு ஆண் மகவு பிறக்கும்; அந்தக் குழந்தை பெரியவனாக வளர்ந்து இல்லற வாழ்க்கையை மேற்கொள்ளுமானால் பெரிய சக்கரவர்த்தியாக விளங்கும்; இல்லறத்தில் புகாமல் துறவறத்தை மேற்கொள்ளுமானால் பெறுதற்கரிய புத்த ஞானம் பெற்று புத்தராக விளங்கும் என்று அவர்கள் கூறினார்கள்.

மாயாதேவியாரின் திருவயிற்றிலே கருவாக அமர்ந்த போதிசத்துவர் இனிது வளர்ந்து வந்தார். தேவியாரும் யாதொரு துன்பமும் இல்லாமல் மகிழ்ச்சியோடு இருந்தார்.

மாயாதேவியார் வயிறுவாய்த்துப் பத்துத் திங்கள் ஆயின. அப்போது அவருக்குத் தமது பெற்றோரைக் காண வேண்டும் என்னும் ஆசை உண்டாயிற்று. தமது எண்ணத்தை அரசருக்குத் தெரிவித்தார். அரசரும் உடன்பட்டு, கபிலவத்து நகரத்திலிருந்து தேவியாரின் பெற்றோர் வசிக்கும் தேவதகா நகரம் வரையில் சாலைகளை அலங்காரம் செய்வித்தார். பிறகு, தோழியரும்

ஏவல் மகளிரும் பரிவாரங்களும் அமைச்சரும் புடை சூழ்ந்து செல்ல, தேவியாரைப் பல்லக்கில் ஏற்றி அவரைத் தாயகத்திற்கு அனுப்பினார். இவ்வாறு தேவதகா நகரத்திற்குப் புறப்பட்டுச் சென்ற தேவியார், இடைவழியிலே இருந்த உலும்பினி வனம் என்னும் சோலையை அடைந்தார்.

அன்று வைசாகப் பௌர்ணமி நாள். உலும்பினி வனம் அழகான பூக்கள் நிறைந்து மணம் கமழ்ந்து திவ்வியமாக விளங்கிற்று. குயில் மயில் கிளி முதலிய பறவையினங்கள் மரங்களில் அமர்ந்து இனிமையாகப் பாடிக் கொண்டிருந்தன. அவை, கண்ணுக்கும் காதுக்கும் இனிமை பயந்தன. மலர்களில் தேனைச் சுவைத்த தேனீக்களும் தும்பிகளும் வண்டுகளும் அங்குமிங்கும் பறந்து கொண்டிருந்தன.

இந்த உலும்பினி வனத்திற் சென்று அவ் வனத்தின் இனிய காட்சிகளைக் காண வேண்டுமென்று மாயா தேவியார் ஆசை கொண்டார். அவர் விரும்பியபடியே அவருடன் சென்றவர் அவரை அவ் வனத்திற்கு அழைத்துச் சென்றார்கள். தேவியார் உலும்பினி வனத்தின் இனிய காட்சிகளையும் பூக்களின் வனப்பையும் கண்டு மகிழ்ந்தார். கடைசியாக அந்தத் தோட்டத்தின் ஓரிடத்திலே இருந்த அழகான சாலமரத்தின் அருகில் வந்தார். அந்த மரம் முழுவதும் பூங் கொத்துக்கள் நிறைந்து மலர்ந்து மணங்கமழ்ந்து நின்றது. தேவியார் மரத்தடியில் சென்று அதன் கிளையொன்றைப் பிடிக்கக் கையைத் தூக்கினார். அப் பூங்கிளை அவர் கைக்குத் தாழ்ந்து கொடுத்தது.

அவ்வமயம், அவர் வயிறு வாய்த்துப் பத்துத் திங்கள் நிறைந்து கருவுயிர்க்கும் காலமாயிருந்தது. அவருக்குக் கர்மஜ வாயு சலித்தது. இதனை அறிந்த அமைச்சரும் பரிவாரங்களும், அரசியாரைச் சூழத் திரைகளை அமைத்து விலகி நின்று காவல் புரிந்தார்கள். தேவியார் சால மரத்தின் பூங்கிளையை ஒரு கையினால் பிடித்துக்கொண்டு கிழக்கு நோக்கியிருந்தார். இவ்வாறு இருக்கும்போதே அவர் வயிற்றிலிருந்து போதிசத்துவர் குழந்தையாகப் பிறந்தார். தாயும் சேயும் யாதொரு துன்பமும் இல்லாமல் சுகமே இருந்தார்கள்.

போதிசத்துவர் குழந்தையாகத் திருவவதாரம் செய்தபோது, அநாகாமிக பிரம தேவர்கள் நால்வரும் அக் குழந்தையைப்

பொன் வலையிலே ஏந்தினார்கள்.[1] சதுர் மகாராஜிக தேவர்கள் நால்வரும் அவர்களிடமிருந்து அக் குழந்தையை ஏற்று அமைச்சர் இடத்தில் கொடுத்தார்கள்.[2] அப்போது குழந்தை யாகிய போதிசத்துவர் தரையில் இறங்கினார். அவர் அடி வைத்த இடத்தில் தாமரை மலர்கள் தோன்றி அவர் பாதத்தைத் தாங்கின. அக் குழந்தை அப் பூக்களின்மேலே ஏழு அடி நடந்தது. "நான் உலகத்திலே பெரியவன்; உயர்ந்தவன்; முதன்மை யானவன். இதுவே என்னுடைய கடைசிப் பிறப்பு. இனி எனக்கு வேறு பிறவி இல்லை," என்று அந்தத் தெய்வீகக் குழந்தை கூறிற்று.

மாயாதேவியாருக்குக் குழந்தை பிறந்த செய்தியைக் கேட்ட வுடனே, கபிலவத்து நகரத்திலிருந்தும் தேவதகா நகரத்திலிருந்தும் சுற்றத்தார் உலும்பினி வனத்திற்கு வந்து போதிசத்து வராகிய குழந்தை யையும் மாயாதேவியாரையும் கபிலவத்து நகரத்திற்கு ஊர்வலமாக அழைத்துச் சென்றார்கள்.

போதிசத்துவர் பிறந்தருளிய அதே வேளையில் யசோதரை தேவியாரும், சன்னன், காளுதாயி என்பவர்களும் தோன்றினர்; கந்தகன் என்னும் குதிரையும், போதிமரமும், நான்கு நாழி நிதிக்குவிய லும் தோன்றின.

அசிதமுனிவர் கூறியது

சுத்தோதன அரசருடைய தகப்பனாரான சிங்கஹனு அரசருக்கு அசிதர் என்னும் பெயருள்ள புரோகிதர் ஒருவர் இருந்தார். இந்தப் புரோகிதர்தான் சுத்தோதன அரசருக்கு — அவர் சிறுவராக இருந்தபோது — வில்வித்தை முதலிய கலைகளைக் கற்பித்தார். சிங்கஹனு அரசர் காலஞ் சென்ற பிறகு அசிதர் தமது புரோகிதத் தொழிலை விட்டு, அரசருடைய ஆராமத்தோட்டத்திலே தபசு செய்துகொண்டிருந்தார். அசித முனிவர் ஐந்து விதமான அபிக்ஞைகளையும் எட்டு விதமான சமாபத்திகளையும் அடைந்தார். சில வேளைகளில் இவர் தமது சித்தியினாலே தேவ லோகத்திற்குப் போய் அங்குத் தங்கித் தபசு செய்துவிட்டு மீண்டும் தமது இடத்திற்குத் திரும்பி வருவது வழக்கம்.

போதிசத்துவர் மாயாதேவியார் திருவயிற்றிலே தங்கிக் குழந்தை யாகத் திருவவதாரம் செய்திருப்பதை அசித முனிவர் அறிந்து, அக் குழந்தையைக் காண்பதற்காக அரண்மனைக்கு வந்தார். சுத்தோதன அரசர், முனிவரை வரவேற்று ஆசனத்தில் அமரச் செய்து வணங்கி நின்றார். அப்போது அசித முனிவர், "அரச! உமக்கு ஆண் மகன் பிறந்த செய்தி அறிந்து இவ்விடம் வந்தேன். அக் குழந்தையை நான் பார்க்க வேண்டும்." என்று கூறினார். இதைக் கேட்ட அரசர் தாமே தமது கைகளில் குழந்தையை ஏந்திக்கொண்டு வந்து முனிவருக்குக் காட்டி, "மகனே! முனிவரை வணங்கி நற்பேறு பெறுக." என்று கூறினார். அப்போது குழந்தை யின் பாதங்கள் தற்செயலாக முனிவருடைய தலையில் பட்டன. ஏனென்றால், போதிசத்துவர்கள் புத்த நிலையை யடைகிற பிறப்பிலே பிறரை வணங்குவது மரபன்று. இதனை ஞானக் கண்ணினால் அறிந்த அசித முனிவர், உடனே ஆசனத்தை விட்டு எழுந்து நின்று குழந்தையைக் கைகூப்பி வணங்கினார். முனிவர் குழந்தையை வணங்குவதைக் கண்ட அரசன் பெரிதும் வியப் படைந்து, தாங்க முடியாத அன்போடு குழந்தையின் கால்களில் தானும் தன் தலையை வைத்து வணங்கினார்.

அசித முனிவர், குழந்தையின் திருமேனியில் காணப்பட்ட எண்பது விதமான மகா புருஷ லக்ஷணங்களைக் கண்டு, தமது ஞானக் கண்ணினால் சிந்தித்துப் பார்த்து, இந்தக் குழந்தை புத்தர் ஆகப் போவதை அறிந்து ஆனந்தங்கொண்டு மகிழ்ந்தார். பிறகு, இக் குழந்தை புத்த பதவியடையும்போது, தாம் உயிர் வாழ்ந்திருந்து பார்க்க முடியாது என்பதை உணர்ந்து வருத்தத்தோடு அழுதார். முனிவர் முதலில் மகிழ்ந்ததையும் பின்னர் அழுததையுங் கண்ட அமைச்சர்கள் அதற்குக் காரணங் கேட்டார்கள். முனிவர் இவ்வாறு விளக்கங் கூறினார்: "போதிசத்துவராகிய இந்தக் குழந்தைக்கு யாதொரு தீங்கும் வராது. இவர் புத்த பதவியை யடையப் போகிறார் என்பதை அறிந்து மகிழ்ச்சியடைந்தேன். ஆனால், இவர் புத்தராவதற்கு முன்பே நான் இறந்துவிடுவேன். ஆகையினால் அப்போது இவரைக் காண முடியாதே என்பதற்காக வருத்தம் அடைந்தேன்" என்று கூறினார்.

பின்னர் அசித முனிவர் அரண்மனையை விட்டுப் புறப் பட்டுச் சென்று தன் தங்கையின் வீட்டுக்குப் போய்,

தங்கையின் மகனான நாலக குமாரனை அழைத்து, சுத்தோதன அரசருடைய குழந்தை தனது முப்பத்தைந்தாவது வயதில் புத்த பதவியடையப் போகிறதென்ப தையும் அச் சமயத்தில் தாம் உயிருடன் வாழ்ந்திருக்க முடியாது என்பதையும் கூறி, "குழந்தாய்! நீ இப்போதே இல்லறத்தை விட்டுத் துறவு பூண்டிருப்பாயாக. அவர் புத்த ஞானம் பெற்ற பிறகு அவரிடம் சென்று உபதேசம்பெற்று அதன்படி ஒழுகுவாயாக" என்று மொழிந்தார்.

அம்மானாகிய அசித முனிவர் கூறியதைக் கேட்ட நாலக குமாரன், அவர் கூறியதை ஏற்றுக்கொண்டு அப்போதே துறவுகொண்டார். தலை முடியையும் தாடியையும் மழித்துப் போட்டு, போதிசத்துவர் இருந்த திசை நோக்கி வணங்கி,[3] "உலகத் திலே யார் மேலான உத்தமராக இருக்கிறாரோ அவருக்காக நான் காவியாடை தரிக்கிறேன்" என்று கூறி காவி ஆடை அணிந்து கொண்டார். பிறகு நாலகர் இமயமலைச் சாரலில் சென்று தவம் செய்து கொண்டிருந்தார்.

குழந்தைப் பருவம்

போதிசத்துவர் பிறந்த ஐந்தாம் நாள் அவருக்குப் பெயர் சூட்டு விழா நடந்தது. கல்வியில் தேர்ந்த நூற்றெட்டு நிமித்திகர்களை அரசர் அழைத்து அவர்களுக்கு அறுசுவை உணவுகளை விருந்தளித்தார். பிறகு, "என் மகனுடைய இலட்சணங்களை அறிந்து அவனுக்கு ஏற்ற பெயரைச் சூட்டுங்கள். அன்றியும், அவன் வாழ்க்கையில் நடைபெறப் போகிறவைகளையும் பிழையில்லாமல் கணித்துக் கூறுங்கள்" என்று கேட்டார். இந்த நூற்றெட்டு நிமித்திகர்களில் இராமர், தஜர், இலக்குமணர், மந்த்ரி, கொண்டஞ்ஞர், போஜர், சுயாமர், சுதத்தர் என்னும் எண்மரும் மிகத் தேர்ந்த நிமித்திகர்கள். இவர்களுள்ளும் கொண்டஞ்ஞர், வயதில் இளையவராக இருந்தாலும், கணித நூலிலே மற்றவரை விட மிகத் தேர்ந்தவராக இருந்தார்.

அரசர் கேட்டுக்கொண்டபடியே பேர்போன இந்த எட்டு நிமித்திகர்களும் போதிசத்துவ குமாரனுடைய திருமேனியிலே காணப்பட்ட அங்க அடையாளங்களைக்

கூர்ந்து நோக்கினார்கள். இவர்களில் ஏழுபேர் தமது இரண்டு கைவிரல்களைக் காட்டி, இந்தக் குமாரன் இல்லறத்தில் இருந்தால் சக்கரவர்த்தி ஆவார்; துறவு பூண்டால் புத்தர் ஆவார் என்று இரண்டுவிதக் கருத்தைக் கூறினார்கள்.

ஆனால், ஆண்டில் இளையவராகிய கொண்டஞ்ஞர், குழந்தையின் நெற்றியின் நடுவிலே வலமாகச் சுருண்டு வளர்ந்திருக்க ஊர்ஷ்ண உரோமத்தைக் கண்டு, ஒரு விரலை மட்டும் காட்டி "இந்தக் குழந்தை கட்டாயம் இல்லறத்தைவிட்டுத் துறவறம் பூண்டு புத்தர் ஆவார்" என்று அறுதி இட்டுக் கூறினார். மேலும், "இவர் உலகத்திற்கு அர்த்தசித்தி[4] செய்யப் போகிறவர். ஆகையினாலே இவருக்குச் சித்தார்த்தர் என்று பெயர் சூட்டுவது தகுதியாகும்" என்றும் கூறினார்.

கொண்டஞ்ஞ முனிவர் கூறியதைக் கேட்ட சுத்தோதன அரசர், "வாழ்க்கையிலே வெறுப்பை உண்டாக்கும் காரணங் களைக் கண்டு மக்கள் துறவு கொள்வது வழக்கம். வாழ்க்கையில் வெறுப்புக் கொண்டு துறவுபூண்டவர் வீடுபேறடைவதற்குரிய காரியங்களைச் செய்கிறார்கள். என்னுடைய குமாரன் எந்தெந்தக் காரணங்களினால் உலக வாழ்க்கை யில் வெறுப்படைவான் என்பதைக் கண்டு கூறவேண்டும்." என்று கேட்டார்.

இவ்வாறு அரசர் கூறியதைக் கேட்ட நிமித்திகர் மேலும் ஆராய்ந்து பார்த்து இவ்வாறு சொன்னார்: "வயது முதிர்ந்த கிழவர், நோயாளி, பிணம், துறவி ஆகிய இந் நான்குபேரைக் காண்பாரானால் உமது குமாரன் உலக வாழ்க்கையை வெறுத்துத் துறவு கொள்வார்."

இவ்வாறு நிமித்திகர் சொன்னதைக் கேட்ட சுத்தோதன அரசர், தமது குமாரன் சக்கரவர்த்தியாக விளங்கவேண்டும் என்று விரும்பி, தனது மகனை இல்லறத்திலேயே நிற்கச் செய்வதற்கு வேண்டிய உபாயங்களை யெல்லாம் யோசித்தார். 'தொண்டு' கிழவர்களும் நோயாளிகளும் பிணங்களும் சந்நியாசிகளும் சித்தார்த்த குமாரனுடைய பார்வையில் படாதபடித் தடுக்க நான்கு திசைகளிலும் நான்கு மைல் தூரம் காவலாளி களை ஏற்படுத்தினார்.

எட்டு நிமித்திகர்களில் இளைஞரான கொண்டஞ்ஞரைத் தவிர மற்ற ஏழு நிமித்திகரும் தமது பிள்ளைகளை அழைத்து, "சுத்தோதன அரசரின் மகனான சித்தார்த்த குமாரன் புத்த பதவியை அடைவார். அப்போது நாங்கள் உயிருடன் இருப்போமோ மாட்டோமோ, தெரியாது. ஆனால், நீங்கள் அவரிடஞ் சென்று அவர் உபதேசத்தைக் கேட்டு அவருடன் துறவு கொள்ளுங்கள்" என்று கூறினார்கள்.

பின்னர் இந்த ஏழு நிமித்திகரும் காலப்போக்கில் காலஞ் சென்று விட்டார்கள். இளைஞராக இருந்த கொண்டஞ்ஞர் காலப்போக்கில் பெரியவராகிப் பிறகு கிழவராக இருந்தார். சித்தார்த்த குமாரன், துறவு பூண்டார் என்னும் செய்தியைக் கேட்டு, கொண்டஞ்ஞர், ஏழு நிமித்திகரின் குமாரர்களிடம் சென்று தாம் புத்தரிடம் உபதேசம் பெறப் போவதாகக் கூறி அவர்களையும் தம்முடன் வரும்படி அழைத்தார். அவர்களில் மூவர் இணங்கவில்லை. நால்வர் மட்டும் இசைந்து கொண்டஞ் ஞருடன் சென்றார்கள். இந்த ஐவரும் முதன் முதலில் புத்தரிடம் ஞானோபதேசம் பெற்றுப் பௌத்தரானார்கள்.)

சுத்தோதன அரசன், தனக்குக் குழந்தை பிறந்ததற்காக மகிழ்ந்து ஏராளமான பொன்னையும் பொருளையும் வழங்கித் தான தருமங்கள் செய்தார்.

சித்தார்த்த குமாரன் பிறந்த ஏழாம் நாள் மாயா தேவியார் காலமானார்.

"உலும்பினி வனத்துள் ஒண்குழைத் தேவி
வலம்படு மருங்குல் வடுநோ யுறாமல்
ஆன்றோன் அவ்வழித் தோன்றினன் ஆதலின்
ஈன்றோள் ஏழ்நாள் இன்னுயிர் வைத்தாள்"[5]

புத்தரைப் பெற்றெடுத்த தாயார் வேறு குழந்தைகளைப் பெறக் கூடாது என்பது மரபு.

மாயாதேவியார் காலஞ்சென்றபடியினாலே அவர் தங்கையாராகிய மகாபிரஜாபதி கௌதமி என்பவர் சுத்தோதன அரசருடைய பட்ட மகிஷியானார். இவர்தான் சித்தார்த்த குமாரனை வளர்த்தார். தமது அரச குலத்திலே பிறந்து, நல்ல குணங்களும் நல்ல அழகும் உடைய ஒருத்தியைத்

தேர்ந்தெடுத்து அவளைச் செவிலித் தாயாக அமைத்துக் குழந்தையை நல்லவண்ணம் வளர்க்கும்படி அரசர் ஏற்பாடு செய்தார். சித்தார்த்த குமாரன் நாளொரு மேனியும் பொழுதொரு வண்ணமுமாக அரண்மனையிலே வளர்ந்து வந்தார். இவ்வாறு சில ஆண்டுகள் கழிந்தன.

நாஞ்சில் விழா

அக்காலத்திலே வப்பமங்கலம் என்னும் நாஞ்சில் விழா கொண்டாடுவது வழக்கம். அவ் விழாவன்று அரசரும் அமைச்சரும் வயலுக்குச் சென்று ஏரினால் நிலத்தை உழுவார்கள். அந்த வழக்கப்படி ஓர் ஆண்டு வப்பமங்கல விழாவைக் கொண்டாடு வதற்காகச் சுத்தோ தன அரசர், அமைச்சரும் பரிவாரங்களும் சூழ்ந்துவர, அலங்கரிக்கப்பட்ட நகர வீதிகளின் வழியாக, இளம் பிள்ளையாகிய சித்தார்த்த குமாரனுடன் சிவிகையில் அமர்ந்து வயற்புறத்திற்குச் சென்றார். சென்று, அங்கே நாவலந் தோப்பில் அமைக்கப்பட்டிருந்த கூடாரத்தில் சித்தார்த்த குமாரனைச் செவிலித் தாயரோடு இருக்கச் செய்து, அமைச்சருடன் வய லுக்குப் போனார். வயலுக்குப்போய் அரசர் பொன் கலப்பையினாலும் அமைச்சர்கள் வெள்ளிக் கலப்பைகளினாலும் நிலத்தை உழுதார்கள். நூற்றெட்டுக் கலப்பைகளினாலே நிலங்கள் உழப்பட்டன. குடிமக்கள் வெள்ளாடை அணிந்து, மலர் மாலை சூடி, வயலைச் சுற்றிலும் நின்று அரசர் ஏர் உழுவதைப் பார்த்துக் கொண் டிருந்தார்கள். சித்தார்த்த குமாரனுடைய செவிலித் தாயர்களும் இந்தக் கொண்டாட்டத்தைக் காண்பதற்காகக் கூடாரத்தைவிட்டு வெளியே வந்து பார்த்துக் கொண்டிருந்தார்கள்.

அவ்வமயம் கூடாரத்தில் தங்கியிருந்த சித்தார்த்த குமாரன், தன் அருகில் ஒருவரும் இல்லாததைக் கண்டு, பதுமாசனம் அமர்ந்து, தியானம் செய்துகொண்டிருந்தார். அதாவது அநாபான ஸ்மிருதி (மூச்சை நிறுத்தல்) செய்து முதலாவது தியானத்தில் அமர்ந்திருந்தார். சிறிது நேரம் சென்ற பின்னர் செவிலித் தாயர் கூடாரத்திற்குள்ளே வந்தார்கள். வந்து சித்தார்த்த குமாரன் தியானத்தில் அமர்ந்திருப்பதைக் கண்டு

வியப் படைந்தார்கள். உடனே அரசருக்கு இச் செய்தியைத் தெரிவித்தார்கள். அரசர் விரைந்து வந்து இந்தப் புதுமையைக் கண்டு வியப்படைந்து. "மகனே, இது நான் உனக்குச் செய்கிற இரண்டாவது வணக்கம்" என்று கூறித் தமது கைகளைத் தலைக்குமேல் கூப்பி வணங்கினார்.

இளமைப் பருவம்

சித்தார்த்த குமாரனுக்கு வயது எட்டு ஆயிற்று, அவருக்குக் கல்விப் பயிற்சி செய்விக்க விரும்பிச் சுத்தோதன அரசர், அமைச்சர் களை அழைத்து ஆலோசனை செய்தார். அமைச்சர்கள் "கல்வியிற் சிறந்தவர் விசுவாமித்திரர்[6]. குமாரனுக்குக் கல்வி கற்பிக்கத் தகுந்தவர் விசுவாமித்திரரே. அவரையே ஆசிரியராக நியமிக்கவேண்டும்" என்று ஒரே கருத்தாகக் கூறினார்கள். சுத்தோதன அரசர், விசு வாமித்திரரை அழைத்துத் தன் மகனுக்குக் கல்வி கற்பிக்கும்படி ஏற்பாடு செய்தார்.

குறிப்பிட்ட ஒரு நன்னாளில் சாக்கிய குலத்துப் பெரியவர்கள் எல்லோரும் கல்விச் சாலையில் வந்து கூடினார்கள். சித்தார்த்த குமார னுடன் கல்வி பயில்வதற்காக அவருக்கு ஒத்த வயதினரான ஐந்நூறு சாக்கியச் சிறுவர்களும் வந்திருந்தார்கள். சுத்தோதன அரசர், அமைச்சர் முதலானவர்களுடன் சித்தார்த்த குமாரனை அழைத்துக்கொண்டு கல்விச் சாலைக்குவந்து, தான தருமங்களை ஏராளமாக வழங்கி அரச குமாரனை விசுவாமித்திரரிடம் ஒப்படைத்துத் தாதிமார்களையும் விட்டு விட்டு அரண்மனைக்குத் திரும்பினார்.

ஆசிரியராகிய விசுவாமித்திரர் சித்தார்தத குமாரனின் சிறப்பையும் அவரிடம் காணப்பட்ட அறிவு ஒளியையும் கண்டு மகிழ்ந்து தம்மையறியாமலே அவரை வணங்கினார். பிறகு அவருக்குக் கல்வி கற்பிக்கத் தொடங்கினார். அப்போது சித்தார்த்த குமாரன் அவரைப் பார்த்து, "ஆசிரியரே! தாங்கள் எந்த எழுத்தைக் கற்பிக்கப் போகிறீர்கள்? தேவலோகத்து எழுத்துக்களையா, அல்லது மண்ணுலகத்து எழுத்துக்களையா? மண்ணுலகத்துச் சாத்திரங்களையா, விண்ணுலகத்துச் சாத்திரங்களையா கற்பிக்கப் போகிறீர்கள்?

அவற்றை யெல்லாம் நானே அறிய வல்லேன்" என்று கூறினார். சித்தார்த்த குமாரன் தமது முற் பிறப்பிலே பாரமீ தர்மங்களைச் செய்திருந்தபடியினாலே அவருக்கு அறிவு விளக்கம் ஏற்பட்டிருந்தது.

விசுவாமித்திரர் வியப்படைந்து, மனதில் கோபங் கொள்ளாமலும் பொறாமைப்படாமலும் மகிழ்ச்சியுடன் இவ்வாறு சொன்னார்: "இவ் வற்புதக் குழந்தை எல்லாக் கல்விகளையும் கல்லாமலே கற்றிருக்கிறது. நான் உலகத்துக் கல்வி ஒன்றையே கற்றிருக்கிறேன். இக் குழந்தை தெய்வீகக் கல்வியையும் அறிந்திருக்கிறது. இவ்வாறு ஓதாமலே உணர்ந்த இக் குழந்தை என்னிடம் கல்வி கற்க வந்திருப்பது வியப்பாகும்," என்று கூறி வியப் படைந்தார்.

பிறகு விசுவாமித்திரர் மற்றச் சாக்கியச் சிறுவர் ஐந்நூற்று வருக்கும் கல்வி கற்பித்துவந்தார். சித்தார்த்த குமாரன் ஓதாமலே எல்லாக் கல்வியையும் உணர்ந்து கொண்டார்.

இவ்வாறு நிகழுங் காலத்தில், அரசகுமாரர் பயில வேண்டிய படைக் கலப் பயிற்சியையும், போர் முறைகளையும் சித்தார்த்த குமாரனுக்குக் கற்பிக்கச் சுத்தோதன அரசர் எண்ணங்கொண்டார். அவர் அமைச்சர்களுடன் கலந்து, வில்வித்தையில் வல்லவர் யார் என்பதை ஆலோசித் தார். அப்போது அமைச்சர்கள் "சுப்ரபுத்தர் என்பவருடைய மகனான சாந்திதேவர் ஆயுதப் பயிற்சியில் வல்லவர். அவரே சித்தார்த்த குமாரனுக்கு ஆசிரியராக இருக்கத் தக்கவர்" என்று கூறினார்கள்.

சுத்தோதன அரசர், சாந்திதேவரை அழைத்துச் சித்தார்த்த குமாரனுக்குப் படைக்கலப் பயிற்சி கொடுக்கும்படி கேட்டார். சாந்திதேவரும் மனமகிழ்ந்து இசைந்தார்.

சித்தார்த்த குமாரனும் ஐந்நூறு சாக்கியக் குமாரரும் சாந்தி தேவரிடம் படைக்கலப் பயிற்சிபெற ஒப்படைக்கப்பட்டார்கள். பயிற்சி செய்வதற்குரிய பெரியதோர் தோட்டத்திலே இவர்கள் பயிற்சி செய்யத் தொடங்கினார்கள். சாந்திதேவர், சித்தார்த்த குமாரனுக்கு வில்வித்தை ஆரம்பித்து வைக்கத் தொடங்கினார். அப்போது சித்தார்த்த குமாரன் அவரைப் பார்த்து, "ஆசிரியரே! என்னைப் பொறுத்தவரையில் எனக்கு

நானே வித்தைகளைக் கற்றுக்கொள்கிறேன். இவர்களுக்குப் பயிற்சியைக் கற்பித்துக் கொடுங்கள்” என்று வணக்கமாகக் கூறினார்.

சாந்திதேவர் மற்ற எல்லோருக்கும் வில்வித்தை, வாள் வித்தை, வேல்வித்தை, யானையேற்றம் குதிரை ஏற்றம், தேர் ஓட்டம் முதலிய போர்ச் செயலுக்குரிய எல்லா வித்தைகளையும் ஐயம் திரிபு இல்லாமல் நன்கு கற்பித்தார். இவ்வித்தைகளில் எல்லோரும் தேர்ச்சியடைந்து சிறந்து விளங்கினார்கள். சித்தார்த்த குமாரனும் இவ் வித்தைகள் எல்லாவற்றிலும் தமக்குத் தாமே கற்றுத் தேர்ந்தார்.

சித்தார்த்த குமாரனுடைய திறமையையும் நுட்ப அறிவையும் கண்ட சாந்திதேவர் அவரைப் புகழ்ந்து வியந்தார். “இளைஞ ராகிய இவர் தமக்குத்தாமே இவ் வித்தைகளை யெல்லாம் கற்றுத் தேர்ந்தது வியப்பானது. கற்றது மட்டும் அல்லாமல் மற்றவர்களை விடத் திறமை சாலியாக இருப்பது அதனினும் வியப்பானது” என்று கூறி மகிழ்ந்தார்.

சித்தார்த்தரின் அருள் உள்ளம்

சித்தார்த்த குமாரனுடைய சாத்திரக் கல்வியும் படைக்கலக் கல்வியும் பன்னிரண்டு வயதில் முற்றுப்பெற்றன. பிறகு, குமாரன் மற்ற இளைஞருடன் சேர்ந்து குதிரை யானை சவாரி செய்தல் வேட்டை யாடல் முதலிய விளையாட்டுகளில் காலங் கழித்தார்.

ஒருநாள் இவர்கள் தோட்டத்தில் விளையாடிக் கொண்டிருந்தபோது ஆகாயத்திலே அன்னப் பறவைகள் வேகமாகப் பறந்து போவதைக் கண்டார்கள். அப்போது தேவதத்தன் என்னும் சிறுவன், தனது வில் வித்தையின் நுட்பத்தைக் காட்ட விரும்பி, வில்லில் அம்பை வைத்துக் குறிபார்த்து ஒரு பறவையை எய்தான். பறவையின் இறக்கையில் பட்ட அம்பு ஊடுருவிப் போகாமல் சிறகிலேயே தைத்துக் கொண்டது. உடனே பறவை சிறிது தூரத்திற்கப்பால் தோட்டத்தில் விழுந்தது. பறவை கீழே விழுந்ததைக் கண்ட சித்தார்த்த குமாரன் ஓடிச் சென்று பறவையைத் தமது இரண்டு கைகளினாலும் அன்புடன் எடுத்து அப் பறவை

படும் துன்பத்தைக் கண்டு மனம் வருந்தினார். பிறகு தரையில் உட்கார்ந்து அதை மெல்ல மடியின்மேல் வைத்துக்கொண்டு சிறகில் பொத்திக் கொண்டிருந்த அம்பை மெதுவாக வெளியே எடுத்தார். பிறகு புண்ணில் தைலம் தடவி அதற்குத் தீனி கொடுத்துக் காப்பாற்றினார். சில நாட்களில் பறவையின் புண் ஆறி நலம் அடைந்தது.

தேவதத்தன், சித்தார்த்த குமாரனிடம் சிலரை அனுப்பி அன்னப் பறவையைத் தன்னிடம் சேர்ப்பிக்கும்படிக் கேட்டான். அவர்கள் வந்து, "தேவதத்தன் அம்பு எய்து அன்னப் பறவையை வீழ்த்தினார். அப் பறவை உமது தோட்டத்தில் விழுந்தது. அதைத் தரும்படிக் கேட்கிறார்" என்று கூறினார்கள்.

சித்தார்த்த குமாரன் அவர்களுக்கு இவ்வாறு விடை கூறினார்: "அம்பு தைத்த அன்னப் பறவை இறந்து போயிருந்தால், அது திருப்பிக் கொடுக்கப்படவேண்டும். அது இறந்து போகாமல் உயிருடன் இருப்பதால் அது அவருக்குரியதன்று."

இதைக்கேட்ட தேவதத்தன் மீண்டும் அவர்களை அனுப்பி இவ்வாறு கூறினான்: "பறவை உயிருடன் இருந்தாலும் இறந்து போனாலும் அது எனக்கே உரியது. என்னுடைய வில்வித்தையின் திறமையினாலே அதை அம்பெய்து கீழே வீழ்த்தினேன். ஆகையால் அது எனக்கே உரியது; உடனே அனுப்பிவைக்க வேண்டும்."

இதற்குச் சித்தார்த்த குமாரன் கூறிய மறுமொழி இது: "எல்லா உயிர்களையும் காப்பாற்றவேண்டும் என்பது என் கொள்கை. புண்பட்ட இப் பறவையை நான் எடுத்துக் காப்பாற்றுகிறேன். இது எனக்குரிய தன்று என்று நீங்கள் கருதினால், சாக்கிய குலத்துப் பெரியவர்களைக் கேளுங்கள். அவர்கள் முடிவுப்படி செய்கிறேன்."

அதன்படியே சாக்கிய குலத்துப் பெரியவர்களைக் கேட்டார்கள். அவர்களில் வயது முதிர்ந்த ஒரு பெரியவர் இவ்வாறு கூறினார்: "யார் அன்புடன் போற்றிக் காக்கிறார்களோ அவர்களே உரிமையாளரும் உடமை யாளரும் ஆவார். அழிக்கிறவர் உரிமையுடையவர் அல்லர்." அவர் கூறிய இந்தத் தீர்ப்பை மற்றவர் எல்லோரும் ஒப்புக் கொண்டார்கள்.

இரம்மிய மாளிகை

சித்தார்த்த குமாரனுக்குப் பதினாறு வயது ஆயிற்று. அவரைத் துறவு கொள்ளாதபடித் தடுத்து இல்லறத்திலேயே நிறுத்தச் சுத்தோதன அரசர் கண்ணுங் கருத்துமாக இருந்தார். அரசர் மூன்று சிறந்த மாளிகைகளை அமைத்துச் சித்தார்த்த குமாரனுக்குக் கொடுத்தார். இந்த மாளிகைகள் கார்காலம் வேனிற்காலம் கூதிர் காலம் என்னும் மூன்று காலங்களில் தங்கி வசிப்பதற்கு ஏற்றதாக அமைந்திருந்தன.

கார்காலத்தில் வசிப்பதற்காக அமைக்கப்பட்டது இரம்மிய மாளிகை என்பது. இது ஒன்பது மாடிகளைக் கொண்டிருந்தது. ஒன்பது மாடிகளுள், மேல் மாடிகள் கீழ் மாடிகளைவிட ஒன்றுக் கொன்று உயரம் குறைவாக இருந்தன. மழைக் காலத்து வாடைக் காற்று மாளிகைக்குள் புகாதபடிக் கதவுகளும் சாளரங்களும் அமைக்கப்பட்டிருந்தன. மாளிகைச் சுவர்களில் நெருப்பு எரிவது போன்ற ஓவியங்கள் எழுதப் பட்டிருந்தன. தரையில் கம்பளங்கள் விரிக்கப்பட்டிருந்தன. இந்த மாளிகையில் இருந்த தலையணைகளும் திண்டுகளும் போர்வைகளும் ஆடைகளும் கம்பளிகளால் ஆனவை. கார்காலத்தின் குளிர் தோன்றாதபடி அமைந்திருந்தது இந்த மாளிகை.

சுரம்மிய மாளிகை

வேனிற்காலத்தில் தங்குவதற்காக அமைக்கப்பட்டது சுரம்மியம் என்னும் பெயருடைய மாளிகை. இந்த மாளிகை ஐந்துமாடிகளைக் கொண்டிருந்தது. வேனிற் காலத்துத் தென்றல் காற்று உள்ளே வீசுவதற்குத் தக்கவாறு இந்த மாளிகையின் கதவுகளும் சாளரங்களும் அமைந்திருந்தன. சுவர்களிலே செந்தாமரை, வெண்டாமரை, நீலத் தாமரை, செவ்வல்லி, வெள்ளல்லி முதலிய நீர்ப்பூக்கள் குளங்களில் மலர்ந்திருப்பது போன்ற ஓவியங்கள் அழகாக எழுதப்பட்டிருந்தன. இந்த மாளிகையிலே இருந்த தலை யணைகளும் பஞ்சணைகளும், உடுத்தும் ஆடைகளும், போர்க்கும் போர்வைகளும் மெல்லிய பருத்தித் துணியால் அமைந்திருந்தன. சாளரங்களின் அருகிலே

குளிர்ந்த நீர்க்குடங்கள் வைக்கப்பட் டிருந்தன. அங்கங்கே நீர் தெளிக்கும் இயந்திரங்கள் அமைக்கப் பட்டிருந்தன. இவற்றின் மூலமாக விரும்பிய போதெல்லாம் மழை தூறுவதுபோலத் தண்ணீர் தெளிக்கச் செய்யலாம். இந்த மாளிகையின் கதவுகள் பகலில் மூடப்பட்டும் இரவில் திறக்கப்பட்டும் இருந்தன.

சுபதமாளிகை

சுபதமாளிகை என்னும் பெயரையுடைய மூன்றாவது மாளிகை பனிக்காலமாகிய கூதிர்க்காலத்தில் வசிப்பதற்காக அமைக்கப்பட்டது. இதில் ஏழு மாடிகள் இருந்தன. மாளிகைச் சுவர்களிலே சிலவிடங்களில் தீ எரிவது போலவும், சில இடங்களில் தாமரை அல்லி முதலிய நீர்ப் பூக்கள் மலர்ந்திருப்பது போலவும் ஓவியங்கள் கண்ணைக் கவரும்படி எழுதப்பட்டிருந்தன. இம் மாளிகையிலிருந்த ஆடைகளும் தலை யணை முதலியவைகளும் கம்பளியும் பருத்தியும் கலந்து செய்யப் பட்டிருந்தன. கதவுகளில் சில, பகலில் திறக்கப்பட்டு இரவில் மூடப் பட்டும், சில, பகலில் மூடப்பட்டு இரவில் திறக்கப்பட்டும் இருந்தன.

இவ்வாறு கார்காலம் வேனிற்காலம் கூதிர்காலம் என்னும் மூன்று காலங்களையும் இன்பமாகக் கழிப்பதற்கு ஏற்றவாறு மூன்று மாளிகைகளை அரசர் அமைத்துக் கொடுத்தார்.

பணிவிடையாளர் பலரை ஏற்படுத்தினார். இனிய அறுசுவை உணவுகளை அமைத்துக் கொடுக்கவும் தூய மெல்லிய ஆடைகளை அவ்வப்போது அளிக்கவும் நறுமணச் சாந்துகளையும் மலர் மாலை களையும் தொடுத்துக் கொடுக்கவும் ஏவலாளர்கள் பலர் நியமிக்கப்பட்டனர். இசைப்பாட்டுப் பாடும் அழகிய மகளிரும், குழல், யாழ், முழவு முதலிய இசைக் கருவிகளை வாசிக்கும் மகளிரும், நடனம் நாட்டியம் ஆடும் மங்கையரும் நியமிக்கப்பட்டனர்.

இவ்வாறு சுத்தோதன அரசர் தமது குமாரன் இல்லற வாழ்க்கை யிலேயே நிலை கொள்ளும்படியான பலவற்றையும் செய்து கொடுத்தார். மேலும், கண்ணுங்கருத்துமாகக் குமாரனைக் கவனித்து வந்தார். அசித முனிவரும் கொண்டஞ்ஞ நிமித்திகரும், சித்தார்த்த குமாரன் துறவு பூண்டு

புத்தராவார் என்று கூறிய மொழிகள் சுத்தோதன அரசரின் மனத்தில் பதிந்திருந்தன. ஆகவே, தமது குமாரன் துறவு பூணாமல் இல்லறத் திலேயே இருக்கச் செய்யத் தம்மாலான முயற்சிகளையெல்லாம் செய்தார்.

சித்தார்த்தர் திருமணம்

சித்தார்த்த குமாரனுக்குத் திருமண வயது வந்ததையறிந்த சுத்தோதன அரசர், அவருக்குத் திருமணம் செய்து வைக்க எண்ணினார். அமைச்சர்களை அழைத்துத் தமது கருத்தைக் கூறினார். இக்கருத்தை யறிந்த சாக்கிய குலத்தவர் எல்லோரும் தமது குமாரத்திகளை மணஞ் செய்து கொடுப்பதாகக் கூறினார்கள்.

சுத்தோதன அரசர் தமக்குள் இவ்வாறு எண்ணினார்: "குமார னுடன் கலந்து யோசிக்காமல் நானாகவே மணமகளை ஏற்படுத்தினால் ஒருவேளை குமாரனுக்குப் பிடிக்காமல் இருக்கக்கூடும். குமாரனே யாரையேனும் தேர்ந்தெடுத்துக் கொள்ளச் சொன்னால், ஒருவேளை மணம் வேண்டாம் என்று மறுத்துக் கூறவும் கூடும். என் செய்வது! நாட்டிலுள்ள மங்கையர் எல்லோரையும் அரண்மனைக்கு வரச் செய்து, அவர்களில் யாரிடம் குமாரனுக்கு ஆசை பிறக்கிறது என்பதை உபாயமாக அறிந்துகொள்ள வேண்டும்" என்று தமக்குள் சிந்தித்தார்.

பிறகு வெள்ளியினாலும் பொன்னாலும் பலவிதமாக நகைகளையும் அணிகலன்களையும் ஏராளமாகச் செய்வித்து, "இன்று ஏழாம் நாள் சித்தார்த்த குமரன் மங்கையருக்குப் பரிசளிக்கப் போகிறார். பரிசு களைப் பெற்றுக் கொள்ள மங்கையர் எல்லோரும் அரண்மனைக்கு வர வேண்டும்" என்று பறை யறைவித்தார்

ஆறு நாட்கள் கழிந்தன. பரிசளிக்கப்படும் ஏழாம் நாள் வந்தது. சித்தார்த்த குமரன் வந்து அரண்மனையின் மண்டபத்திலே உயரிய ஆசனத்தில் அமர்ந்தார். நாட்டிலுள்ள உயர்குடிப் பெண்கள் எல்லோரும் அரண்மனைக்கு வந்தார்கள். வந்து ஒவ்வொருவராக அரச குமாரனை அணுகிப் பரிசுகளைப் பெற்றுச் சென்றார்கள். அரச குமாரனுடைய

கம்பீரமான தோற்றத்தையும் அழகையும் கண்ட அம்மங்கையர் எல்லோரும், அரசகுமாரனை நேரே முகத்தைப் பாராமல் தலை குனிந்தவண்ணம் சென்று வணக்கம் செய்து அவர் கொடுத்த பரிசைப் பெற்றுக் கொண்டு போனார்கள். இவ்வாறு பரிசு நகைகள் எல்லாம் வழங்கப்பட்டன.

கடைசியாக, சாக்கிய குலத்து மகாநாமர் என்பவர் மகளான யசோதரை என்னும் கன்னிகை தாதியர் சூழ அவ்விடம் வந்தார். வந்து அரச குமாரனை அணுகி, அவருடன் நெடுநாள் பழகியவர் போல, “குமார! எனக்கு என்ன பரிசு கொடுக்கப் போகிறீர்கள்?” என்று கேட்டார்.

“நீ நேரஞ்சென்று வந்தாய். பரிசுகளைக் கொடுத்தாய் விட்டது” என்றார் சித்தார்த்த குமாரன்.

“நான் என்ன தவறு செய்தேன்? எனக்கென்று ஏதேனும் பரிசு வைத்திருக்கக் கூடாதா?” என்றார் யசோதரையார்

“உனக்குப் பரிசு கொடுக்கக் கூடாதென்பதல்ல. நீ நேரங் கழித்து வந்தது தவறு” என்று சொல்லி, தன் கைவிரலில் அணிந்திருந்த ஆயிரம் பொன் விலையுள்ள கணையாழியைக் கழற்றிக் கொடுத்தார்.

யசோதரை குமாரி, “குமார! வேறு எதையேனுங் கொடுங்கள்” என்று கேட்டார்.

“வேண்டுமானால் என் கழுத்திலிருக்கும் முத்து மாலையை எடுத்துக்கொள்.” என்று கூறி அதைக் கழற்றினார்.

“தங்கள் கழுத்துக்கு இந்த முத்துமாலை வெகு அழகாக இருக்கிறது! அது அங்கேயே இருக்கட்டும்.” என்று சொல்லி விட்டு யசோதரை குமாரி புன்சிரிப்புடன் போய்விட்டார்.

சுத்தோதன அரசன் ஏவலின்படி தூரத்திலிருந்து கருத்துடன் கவனித்துக் கொண்டிருந்த ஒற்றர்கள் இச் செய்தியை அரசருக்குத் தெரிவித்தார்கள். யசோதரை குமாரி வந்ததையும் குமாரனுடன் சிறிது நேரம் பேசிக் கொண்டிருந்ததையும் அவருக்குக் குமாரன் மோதிரத்தையும் முத்து மாலையையும் வழங்கியதையும் பிறகு யசோதரை போய்விட்டதையும் விபரமாகக் கூறினார்கள். அரசர் மனம் மகிழ்ந்தார்.

பிறகு சுத்தோதன அரசர் ஒரு நன்னாளில் மகாநாமரிடம் தூதுவரை அனுப்பித் தமது குமாரனுக்கு அவருடைய குமாரத்தியை மணம் செய்து கொடுக்கும்படிக் கேட்டார். மகாநாமர் இவ்வாறு விடை கூறினார்: "சாக்கிய குலத்தில் ஒரு வழக்கம் உண்டு. படைக்கலப் பயிற்சியில் யார் ஒருவர் சிறந்த வீரரோ அவருக்குத் தான் மணமகள் உரிமையானவள். படைக்கலப் பயிற்சி யறியாதவருக்கு மணமகள் உரியவளல்லள். அரச குமாரன், வில்வித்தை மல்யுத்தம் முதலிய வற்றில் மனம் செலுத்தாமலும் அவற்றைப் பயிலாமலும் இருக்கிறார் என்று அறிகிறேன். இப்படிப்பட்டவருக்கு என் மகளை எப்படி மணஞ் செய்து கொடுப்பேன்?"

மகாநாமர் கூறிய இந்தச் செய்தியைத் தூதுவர் வந்து சுத் தோதன அரசருக்குத் தெரிவித்தார்கள். இதைக்கேட்ட சுத்தோதன அரசர் தமக்குள், "மகாநாமர் சொல்லியது முழுவதும் உண்மை. இதற்கு என்ன செய்வது!" என்று சொல்லிக் கொண்டு சிந்தனையில் ஆழ்ந்தார்.

அரசர் கவலையோடு இருப்பதைச் சித்தார்த்த குமாரன் அறிந்தார். அரசரை அணுகிக் காரணத்தை வினவினார். அரசர் காரணத்தைக் கூற வில்லை. குமாரன் மீண்டும் மீண்டும் வின வினார். கடைசியாக அரசர் காரணத்தை விளக்கிக் கூறினார். காரணத்தை அறிந்த குமாரன் "மகாராஜா! பறையறைந்து படைக்கலப் போட்டியை ஏற்படுத்துங்கள். நான் அதில் வெற்றியடையவதைப் பாருங்கள்" என்று கூறினார்.

அரசர் பெருமகிழ்ச்சியடைந்து, குமாரனைப் பார்த்து "மகனே, வீரர் அரங்கத்தில் நீ வெற்றி பெறுவாயா?" என்று ஆவலாகக் கேட்டார்.

"மகாராஜரே! அரங்கத்திற்கு நாள் குறிப்பிடுங்கள். படைக்கலப் பயிற்சி எல்லாவற்றிலும் நான் வெற்றியடைவதைப் பார்ப்பீர்கள்" என்றார் குமாரன்.

படைக்கலப் போட்டி

அரசர் பெருமகிழ் வெய்தினார். பிறகு பறையறை வித்துப் படைக்கலப் போட்டி நிகழப்போகும் நாளைத் தெரிவித்தார். அந் நாளும் வந்தது. படைக்கலப் பயிற்சியிலும் போர்ப்

பயிற்சியிலும் சிறந்த சாக்கிய குமாரர்கள் எல்லோரும் களத்திற்கு வந்தார்கள். சித்தார்த்த குமாரனும் வந்தார்; சுத்தோதன அரசரும் வந்தார். வேடிக்கை பார்ப்பதற்கு நாட்டிலுள்ள எல்லோரும் வந்திருந்தார்கள்.

மகாநாமர் தமது மகள் யசோதரையை அழைத்து வந்து உயரமான மேடைமேல் அமரச் செய்தார். "படைக் கலப்போட்டியில் யார் வெற்றி பெறுகிறாரோ, அவருக்கு யசோதரையை மணம் செய்து கொடுப்பேன்" என்று தெரிவித்தார்.

இப் படைக்கலப் போட்டிக்குச் சகாதேவர் என்பவர் நடு நிலை யாளராக நியமிக்கப்பட்டார். முதலில் அம்பு எய்யும் போட்டி நடந்தது. அதாவது, நெடுந்தூரம் அம்பு எய்யும் போட்டி. ஆனந்தன் என்பவர் இரண்டு குரோச தூரத்திலும், நந்தன் ஆறு குரோச தூரத்திலும, மற்றொருவர் எட்டுக் குரோச தூரத்திலும், சித்தார்த்த குமாரன் பத்துக் குரோச தூரத்திலும், அம்பு எய்வதற்குக் குறிகளை ஏற்படுத்தினார்கள். பிறகு இவர்கள் எல்லோரும் வில்லை வளைத்து அம்பு எய்தார்கள். அவரவர்கள் வைத்த குறி வரையில் அவரவர்கள் அம்பு எய்தனர்.

சித்தார்த்த குமாரன் முறை வந்தபோது, அவரிடம் வில்லைக் கொடுத்தார்கள். குறியை எய்வதற்கு முன்பு வில்லைச் சோதிப் பதற்காகக் குமாரன் வில்லை வளைத்தார். அது ஒடிந்து போயிற்று. அப்போது அவர், "வேறு நல்லவில் இங்கே இல்லையா" என்று கேட்டார்.

சுத்தோதன அரசர், "இருக்கிறது" என்று மகிழ்ச்சியுடன் கூறினார்.

"எங்கே அதை எனக்குக் கொடுங்கள்" என்றார் குமாரன்.

"உன்னுடைய பாட்டன் சிம்மஹனு அரசனுடைய வில் ஒன்று உண்டு. அதை ஒருவரும் வளைக்க முடியாதபடியால் அது கோயிலில் வைக்கப்பட்டிருக்கிறது." என்று கூறி அதைக் கொண்டுவந்து கொடுங்கள் என்று ஏவலாளருக்குக் கட்டளையிட்டார் சுத்தோதன அரசர்.

உடனே ஏவலாளர் விரைந்து சென்று அந்த வில்லைத் தூக்கிக் கொண்டு வந்தார்கள். சித்தார்த்த குமாரன் அதனைக்

கையில் வாங்கி நாணைப்பூட்டி அம்பு தொடுத்துக் குறி பார்த்து வில்லை வளைத்து அவ்வம்பை எய்தார். பத்துக் குரோசத்துக் கப்பால் இருந்த குறியில் அம்பு பாய்ந்து அதை ஊடுருவிச் சென்றது. அதைக் கண்ட எல்லோரும் கைகொட்டி ஆரவாரம் செய்துமகிழ்ந்தார்கள்.

தொலைதூரம் அம்பு எய்யும் போட்டியில் சித்தார்த்த குமாரன் வெற்றிபெற்றார்!

இரண்டாவதாக அம்பை ஊடுருவிச் செலுத்தும் போட்டிப் பந்தயம் நடந்தது. ஏழு பனைமரங்கள் வரிசையாக இருந்தன. அந்த ஏழு பனைமரங்களையும் ஊடுருவிச் செல்லும்படி அம்பு எய்ய வேண்டும் என்பது பந்தயம். சிலர் ஒரு பனைமரத்தையும் சிலர் இரண்டு மரத்தையும் சிலர் மூன்று மரத்தையும் சிலர் நான்கு மரத்தையும் சிலர் ஐந்து மரத்தையும் ஊடுருவும்படி அம்பு எய்தனர். சித்தார்த்த குமாரன், எய்த அம்பு ஏழு மரங்களையும் துளைத்துக் கொண்டு அப்பால் சென்று தரையில் விழுந்து துண்டு துண்டாக ஒடிந்தது. இதைக் கண்டவர்கள் எல்லோரும் கைகொட்டி ஆரவாரம் செய்து புகழ்ந்தார்கள்.

பிறகு, நீர் நிறைந்த ஏழு இரும்புக் குடங்களை வரிசையாகச் சம தூரத்தில் வைத்து, தீ கொளுத்திய நாரை அம்பில் கட்டி அந்த அம்பைக் குடங்களின் ஊடே எய்யவேண்டும். ஏழு குடங்களையும் அம்பு துளைத்துச் செல்லவேண்டும்; நெருப்பும் அவியாமல் எரியவேண்டும். வில்வீரர்கள் இவ்வாறு அம்பு எய்த போது சிலர் ஒரு குடத்தையும், சிலர் இரண்டு மூன்று குடங்களையும், சிலர் ஐந்து ஆறு குடங்களையும் எய்தார்கள். சித்தார்த்த குமாரன் ஏழு குடங்களையும் ஊடுருவிச் செல்லும் படியும் நெருப்பு அணையாதபடியும் அம்பு எய்து வெற்றி பெற்றார்.

பிறகு வாள் பந்தயம் நடந்தது. ஒரே வெட்டினால் ஏழு மரங்களைத் துண்டாக்க வேண்டும் என்பது பந்தயம். இந்தப் பந்தயத்திலும் சித்தார்த்த குமாரன் வெற்றிபெற்றார். ஒரே வீச்சினால் ஏழு மரங்களையும் வெட்டினார். ஆனால், வெட்டுண்ட மரங்கள் விழாமல் நின்றன. காற்று வீசியபோது வெட்டுண்ட மரங்கள் விழுந்தபோதுதான் ஏழு மரங்களும் வெட்டுண்டன என்பது தெரிந்தது.

இவ்வாறே குதிரைச் சவாரி செய்தல், மற்போர் செய்தல் முதலிய வீரர்க்குரிய பந்தயங்கள் எல்லாம் நடைபெற்றன. எல்லாப் பந்தயங்களிலும் சித்தார்த்த குமாரன் வெற்றி பெற்று எல்லோராலும் புகழப்பட்டார். தமது மகன் வெற்றி பெற்றதைக் கண்டு சுத்தோதன அரசர் அடங்காத மகிழ்ச்சி கொண்டார்.

அப்போது யாசோதரை குமாரியின் தந்தையான மகாநாமர் சொன்னார்: "சித்தார்த்த குமாரனைப் படைக்கலப் பயிற்சியறியாதவர் என்று எண்ணியிருந்தேன். இப்போது, அவர் முதல்தரமான வீரர் என்பதை நேரில் கண்டேன். வெற்றிபெற்ற குமாரருக்கு என் மகள் யசோதரையை மணம் செய்து கொடுக்க இசைகிறேன்" இவ்வாறு மகாநாமர் கூறியதைக் கேட்டு எல்லோரும் மகிழ்ச்சியாரவாரம் செய்தார்கள்.

குறிப்பிடப்பட்ட நல்ல நாளிலே சித்தார்த்த குமாரனுக்கும் யசோதரையாருக்கும் திருமணம் இனிது நடந்தது. சித்தார்த்த குமாரன் பலவிதமான நகைகளையும் அணிகலன்களையும் மணமகளுக்குப் பரிசு அளித்தார். யசோதரைகுமாரி, ஆடல்பாடல்களில் தேர்ந்த ஐந்நூறு பணிப்பெண்களுடன் அரண்மனைக்கு வந்தார்.

தேவேந்திர மாளிகை போன்ற அரண்மனையிலே சித்தார்த்த குமாரனும் யசோதரை குமாரியும் எல்லா வித இன்ப சுகங்களைத் துய்த்து இந்திரனும் சசிதேவியும் போல வாழ்ந்தார்கள்.

சுத்தோதன அரசர், சித்தார்த்த குமாரனின் இல்வாழ்க்கையில் பெரிதும் கருத்தாக இருந்தார். சித்தார்த்த குமாரன் துறவு பூண்டு புத்த பதவியடைவார் என்று அசித முனிவர் சொல்லிய வாய் மொழி அரசருடைய மனத்தை உறுத்திக்கொண்டே இருந்தது. குமாரனை இல் வாழ்க்கையிலேயே இருக்கச் செய்து சக்கரவர்த்திப் பதவியைப் பெறச் செய்யவேண்டும் என்று அவர் ஆசைப்பட்டார். ஆகவே, இல்லறத்தில் விருப்புக் கொள்ளும் படியான சூழ்நிலைகளை உண்டாக்கிக் கொடுத்தார். ஆடல், பாடல், இன்னிசை, குழல், யாழ், முழவு முதலிய கலைகளில் வல்லவரான அழகுள்ள இளமங்கையர் எப்போதும் குமாரனைச் சூழ்ந்திருந்து அவருக்கு மகிழ்ச்சியை யூட்டிக் கொண்டிருக்க ஏற்பாடு செய்தார். அரண்மனையைச் சூழ்ந்து

கால் காத தூரம் வரையில் சேவகர்களை நியமித்துக் கிழவர் துறவிகள் நோயாளிகள் பிணங்கள் முதலிய அருவெறுப்பைத் தரும் காட்சிகள் குமாரன் பார்வையில் படாதபடி காவல் வைத்தார். மேலும் அரண் மனையைவிட்டு வெளியில் வராதபடி எல்லாவற்றையும் மாளிகையி லேயே அமைத்துக் கொடுத்தார். இவ்வாறு, குமாரன் இல்வாழ்க்கையிலேயே நிலைத்து நிற்கும்படிப் பலவிதமான ஏற்பாடுகளையெல்லாம் செய்து வைத்தார்.

விம்பசாரனின் அச்சம்

அக்காலத்திலேயே சாக்கிய ஜனபதத்துக்குத் தெற்கே யிருந்த மகத தேசத்திலே சிரேணிக குலத்தில் பிறந்த விம்பசாரன் என்னும் அரசன் அரசாண்டு கொண்டிருந்தான். விம்பசாரன், வேறு அரசர் யாரேனும் வந்து தன்னை வென்று தனது அரசாட்சியைக் கவர்ந்து கொள்வரோ என்று அச்சங்கொண்டிருந்தான். ஆகவே, அடிக்கடி அமைச்சர்களுடன் கலந்து இதுபற்றி ஆலோசிப்பது வழக்கம். வழக்கம் போல ஒரு சமயம் அமைச்சர்களுடன் ஆலோசனை செய்தான். "அறிவு மிக்க அமைச்சர்களே! நம்மை வெல்லக்கூடிய ஆற்றல் உடைய வேற்றரசர் யாரேனும் உளரோ? இருந்தால் அவர்களை எவ்வாறு வெல்வது? என்பதை ஆராய்ந்து சொல்லுங்கள்" என்று கூறினான்.

அமைச்சர்கள், ஒற்றறிந்துவர பல நாடுகளுக்கு ஒற்றர்களை அனுப்பினார்கள். ஒற்றர்கள் நாடெங்கும் சென்றுஆராய்ந்தனர். விம்பசார அரசனை வெல்லும் ஆற்றல் உள்ள அரசர் ஒருவரும் இலர் என்பதைக் கண்டனர். ஆனால், வடக்கே சென்ற ஒற்றர்கள் இந்தச் செய்தியை அறிந்தார்கள் : இமயமலைச் சாரலில் சாக்கிய ஜனபதத்தில் கபிலவத்து நகரத்தில் சுத்தோதன அரசருக்கு ஒரு குமாரன் பிறந்திருப் பதையும் அக் குமாரனின் திருமேனியிலே முப்பத்திரண்டு மகா புருஷ லக்ஷணங்கள் அமைந்திருப்பதையும் இக் குமாரன் இல்லற வாழ்க்கை யில் இருந்தால் அரசர்களை வென்று சக்கரவர்த்தியாக விளங்குவார் என்றும், துறவறம் மேற் கொண்டால் பெறுதற்கரிய புத்த பதவியை அடைவார்

என்றும் நிமித்திகர் கணித்துக் கூறியிருப்பதையும் ஒற்றர்கள் அறிந்தார்கள். உடனே, மகத நாட்டிற்கு விரைந்துவந்து இச் செய்திகளை அமைச்சர்களுக்குக் கூறினார்கள்.

அமைச்சர்கள் விம்பசார அரசனுக்கு இச்செய்திகளைத் தெரிவித்து உடனே நால்வகைச் சேனைகளைப் பலப்படுத்தும்படியும் சக்கரவர்த்தியாகப் போகிற சிறுவனை விரைவில் அழிக்கவேண்டும் என்றும் யோசனை கூறினார்கள்.

விம்பசார அரசன் இதைப்பற்றி நெடுநேரம் யோசித்தான். கடைசியில் அமைச்சரிடம் இவ்வாறு கூறினான்: சித்தார்த்த குமாரன் மீது போர் செய்ய வேண்டிய அவசியம் இல்லை. கிடைத்தற்கரிய சக்கரவர்த்திப் பதவியைச் சித்தார்த்தகுமாரன் பெற்றால், சக்கர வர்த்திகள் நீதி முறைப்படி நடப்பார்களாகையினாலே, அவருக்குக் கீழடங்கி நாம் அரசாட்சியை நடத்தலாம். அவர் துறவுபூண்டு புத்த பதவியை யடைந்தால், அவரிடம் அறநெறி கேட்டு அவருக்குச் சீடராகலாம், ஆகவே இரண்டு விதத்திலும் நமக்கு நன்மையே.

இவ்வாறு விம்பசார அரசன் கூறியதைக் கேட்ட அமைச்சர்கள் சரி என்று அவர் கருத்தை ஒப்புக் கொண்டார்கள்.

சித்தார்த்தர் கேட்ட தெய்விகக் குரல்

சித்தார்த்த குமாரன் உலக போகத்தில் மூழ்கி அரண்மனையிலே இன்ப சுகங்களைத் துய்த்துக்கொண்டு கவலையற்ற வாழ்க்கை வாழ்ந்த போதிலும் நாளடைவில் அவருக்கு இல்வாழ்க்கையில் வெறுப்புத் தோன்றிற்று.

இன்ப வாழ்க்கையில் வெறுப்புத் தட்டியது. அவருடைய உள்ளத்தில் ஏதோ இரகசியச் செய்தி புலப்பட்டது. “குமாரனே! விழித்துக்கொள், தெளிவு கொள். நிலையற்ற அழிந்துபோகிற ஐம்புல இன்ப சுகங்களில் காலங் கழிக்காதே. நிலையாமையை உணர்ந்து நிலை பெற்ற இன்பத்தை நாடி மக்களுக்கு நல்வழி காட்டு. நீ வந்த வேலையை நிறைவேற்ற முற்படு ” என்று ஏதோ ஒரு குரல் தன் உள்ளத்தில் கூறுவது போல அவருக்குத் தோன்றிற்று.

இந்தக் குரல் நாளுக்குநாள் உரத்த குரலாகக் கேட்பதுபோலத் தோன்றியது. அழகிய இளமங்கையரின் இன்னிசைப் பாடல்களைக் கேட்கும்போதும் இதே குரல் அவர் காதில் கேட்டது. யாழின் அமிழ்தம் போன்ற இன்னிசையிலும் இதே குரல் இவர் உள்ளத்தைத் தூண்டியது. வேய்ங்குழலின் தீஞ்சுவை நாதத்திலும் இக்குரல் கேட்டது. ஆடல் பாடல் களிலும் நாட்டிய நடனங்களிலும் இச் செய்தியே இவர் மனத்தில் பதிந்தது.

அரசபோகங்களிலும் இல்லற வாழ்க்கையிலும் அவர் உள்ளம் வெறுப்படைந்தது.

சுத்தோதனர் கண்ட கனவு

ஓர் இரவில், சுத்தோதன அரசர் கண்ணுறங்கியபோது அவருக்குச் சில கனவுகள் தோன்றின. அன்றிரவு அவர் கண்ட கனவுகள் இவை:

தேவேந்திரனுடைய கொடிபோன்ற பெரிய கொடி யொன்றை, எண்ணிறந்த மக்கள் கூட்டமாகச் சூழ்ந்து தூக்கிக் கொண்டு கபிலவத்து நகரத்தின் வழியாகச் சென்று கிழக்கு வாயில் வழியாகப் போனார்கள்.

சித்தார்த்த குமாரன் அமர்ந்திருந்த தேரைப் பத்துப் பெரிய யானைகள் இழுத்துக்கொண்டு நகரத்தின் தென்புற வாயில் வழியாகச் சென்றன.

நான்கு வெண்ணிறக் குதிரைகள் பூட்டப்பட்ட உன்னதமான தேரிலே சித்தார்த்த குமாரன் அமர்ந்து நகரத்தின் மேற்குவாயில் வழியாகச் சென்றார்.

நவமணிகள் பதிக்கப்பட்ட பெரிய சக்கராயுதம் ஒன்று சுழன்ற வண்ணம் ஆகாயத்தில் பறந்து நகரத்தின் வடக்குப்புற வாயில் வழியாகச் சென்றது.

நகரத்தின் நான்கு சாலைகள் கூடுகிற நாற்சந்தியிலே சித் தார்த்த குமாரன் அமர்ந்து பேரொலி யுண்டாகும்படி முரசைக் கொட்டிக் கொண்டிருந்தார்.

நகரத்தின் நடுவே ஒரு உயரமான இடத்தில் அமர்ந்து சித் தார்த்த குமாரன் முத்து, மணி, மாணிக்கம், இரத்தினம்

முதலியவற்றைச் சிதறிக் கொண்டிருக்க அவற்றை மக்கள் திரண்டுவந்து பொறுக்கிக் கொண்டிருந்தார்கள்.

இவ்வாறு கனவுகளைக் கண்ட சுத்தோதன அரசர் விழித் தெழுந்தார். நிமித்திகர்களை அழைத்து இக்கனவுகளின் கருத்தைத் தெரிவிக்கும்படிக் கேட்டார். அவர்கள் இக்கனவுகளின் கருத்துத் தெரியாமல் திகைத்தார்கள். ஒரு நிமித்திகர் நெடுநேரம் யோசித்து இவ்வாறு விளக்கம் கூறினார்.

கொடியை மக்கள் தூக்கிக்கொண்டு போனது, சித்தார்த்த குமாரன் தேவர்கள் சூழ இந்நகரத்தை விட்டு வெளிச்சென்று துறவு கொள்வார் என்பதைக் குறிக்கிறது.

பத்து மதயானைகள் இழுத்த தேரை ஊர்ந்துசென்றது, பத்துப் பாரமிதைகளைச் செய்திருப்பதனாலே, அப்பாரமிதைகளின் உதவிகொண்டு சித்தார்த்த குமாரன் உயர்ந்த போதிஞானம் அடைவார் என்பதைக் குறிக்கிறது.

நான்கு குதிரைகள் பூட்டிய தேரில் ஏறிச் சென்றது, குமாரன் நிச்சயமாகப் புத்த ஞானத்தை அடைவார் என்பதைக் குறிக்கிறது.

வானத்தில் சக்கராயுதம் சுழன்று சென்றது, குமாரன் போதிஞானம் பெற்று அறநெறியைத் தேவருக்கும் மனிதருக்கும் போதிப்பார் என்பதைத் தெரிவிக்கிறது.

குமரன் பேரொலியுடன் முரசு கொட்டியது, அவர் போதி ஞானம் பெற்று உபதேசம் செய்யும் அறநெறி உலகத்திலே வெகு தூரம் பரவும் என்பதைத் தெரிவிக்கிறது.

உயரமான இடத்தில் அமர்ந்து மணியையும் முத்தையும் வீச அதனை மக்கள் பொறுக்கினார்கள் என்னும் கனவு, புத்த பதவியை அடைந்து உலகத்திலே புத்த தர்மத்தைப் பரப்புவார் என்பதையும் அதனை மக்கள் ஏற்றுக் கொள்வார்கள் என் பதையும் குறிக்கின்றன.

இவ்வாறு நிமித்திகர் கனவுக்கு விளக்கம் கூறியதைக் கேட்டுச் சுத்தோதன அரசர் பெரிதும் கவலையடைந்தார். தமது மகனைத் துறவு கொள்ளாமல் தடுத்து எவ்விதத்திலும் இல்லறத்திலேயே நிறுத்த வேண்டும் என்று உறுதிகொண்டார். ஆகவே அரண் மனையிலும் நகர வாயில்களிலும் அதிகமாகக்

காவலாளர்களை நியமித்துச் சித்தார்த்த குமரன் நகரத்துக்கு வெளியே போகாதபடி பார்த்துக் கொள்ள ஏற்பாடு செய்தார். மேலும் அழகுள்ள இள மங்கையர் பலரை அவருக்கு ஊழியராக அமர்த்தினார்.

உலாவச் சென்றது

ஒருநாள் சித்தார்த்த குமரன் அரண்மனைக்கப்பால் உள்ள பூஞ் சோலைக்குப் போக நினைத்தார். சன்னன் என்னும் பெயருள்ள தேர்ப் பாகனிடம் தமது எண்ணத்தைக் கூறித் தேரைக் கொண்டுவரக் கட்டளை யிட்டார். சன்னன், குமரனின் விருப்பத்தைச் சுத்தோதன அரசருக்குத் தெரிவித்தான். அரசர், பூஞ்சோலைக்குச் செல்லும் சாலைகளில் நீர் தெளித்துத் தோரணங்களும் கொடிகளும் கட்டிப் பூரண கும்பங்கள் வைத்து அலங்காரம் செய்யக் கட்டளை யிட்டார். மேலும், கிழவர் நோயாளர் முதலியோர் அவ்விடத்தில் வராதபடி சேவகர்களைக் காவல் வைத்தார்.

பூஞ்சோலையைப் பழுத்த இலைகளும் காய்ந்த சருகுகளும் இல்லாதபடித் தூய்மை செய்வித்தார். கொடிச் சீலைகள் கொடிகள் முதலியவற்றைக் கட்டி அழகுபடுத்தினார். பூஞ்சோலையில் ஆண் பெயருள்ள மரங்களுக்கு வேஷ்டிகள் கட்டியும் பெண் பெயருள்ள மரங்களுக்குச் சேலைகள் அணிவித்தும் அழகு படுத்தினார். மற்றும் அப் பூஞ்சோலையின் காட்சிகளை அழகும் இனிமையும் உள்ளதாக்கினார்.

நான்கு காட்சிகள்

சன்னன் நான்கு வெள்ளைக் குதிரைகள் பூட்டப்பட்ட தேரைக் கொண்டுவந்து நிறுத்தினான். சித்தார்த்த குமாரன் மெல்லிய பட்டாடை களை அணிந்து தேரில் அமர்ந்து பூஞ்சோலையைக் காணச் சென்றார். செல்லும் வழியிலே, எந்தெந்தக் காட்சிகளை இவர் காணக் கூடா தென்று சுத்தோதன அரசர் தடுத்து வைத்தாரோ அக்காட்சிகள், தெய்வச் செயலாக இவருடைய பார்வையில் பட்டன. வழியிலே தொண்டுக் கிழவர் கூனிக்குனிந்துத் தடியூன்றித்

தள்ளாடி நடந்து, இருமிக் கொண் டிருந்ததைக் குமரன் கண்டார். நரைத்த தலையும் திரைத்த தோலும் குழி விழுந்து பார்வையற்ற கண்களும் உடைய இந்த முதுமைக் காட்சியை இதற்கு முன்பு கண்டிராத சித்தார்த்த குமாரன், தேர்ப்பாகனை விளித்து, "சன்னா! இது என்ன? அவர் ஏன் இப்படி இருக்கிறார்?" என்றுகேட்டார்.

"அவர் ஒரு கிழவர்" என்றான் சன்னன்

"கிழவர் என்றால் என்ன?"

"கிழவர் என்றால் இளமை நீங்கிய முதியவர். இவருடைய உடம்பும் பொறிகளும் புலன்களும் வலிமை குன்றிவிட்டன. இளமை யோடிருந்த இவர் நரைத்துத் திரைத்து மூப்படைந்து தள்ளாதவராயிருக்கிறார். மரணம் இவரை எதிர்நோக்கி யிருக்கிறது"

"கிழத்தனம் இவருக்கு மட்டுமா? எல்லோருக்கும் உண்டா?"

"எல்லோருக்கும் கிழத்தனம் உண்டு. இளைஞர் எல்லோரும் முதியவராக வேண்டியவரே."

"நானும் கிழவன் ஆவேனா?"

"ஆமாம், சுவாமி! ஏழை பணக்காரன், அரசன் ஆண்டி எல்லோருக்கும் கிழத்தனம் உண்டு."

இதைக் கேட்ட சித்தார்த்த குமாரனுக்கு மனத்தில் பல சிந்தனைகள் தோன்றின.

இது போதும். தேரை மாளிகைக்குத் திருப்புக என்று கூறினார்.

சித்தார்த்த குமரன் மாளிகையை யடைந்ததும் தான் கண்ட காட்சியைப் பற்றித் தனக்குள்ளே ஆழ்ந்து சிந்தித்துக் கொண்டிருந்தார்.

சுத்தோதன அரசர் தேர்ப்பாகனை அழைத்து "குமரன் சந்தோஷ மாகக் காட்சிகளைக் கண்டாரா?" என்று கேட்டார். தேர்ப்பாகன் குமரன் கண்டதையும் அவர் தன்னைக் கேட்ட கேள்விகளையும்தான் பதில் சொன்னதையும் விவரமாகக் கூறினான்.

சுத்தோதன அரசர், தன் மகன் சித்தார்த்தரை உலக இன்பத்தில் பற்றுக் கொள்ளும்படிச் செய்ய எண்ணி மேலும் அழகான இளங் கன்னியரை அவருடைய ஊழியத்தில் அமர்த்தினார்.

சில காலஞ் சென்ற பிறகு சித்தார்த்த குமரன் மறுபடியும் பூஞ் சோலைக்குப் போய் உலாவ விரும்பினார். அவர் தேர்ப் பாகனை அழைத்துத் தேரைக் கொண்டு வரச் சொல்லி அதில் அமர்ந்து சென்றார். செல்லும் வழியில் இதுவரையில் கண்டிராத ஒரு காட்சியைக் கண்டார். நோயாளி ஒருவர் நோயினால் வருந்தி, இருந்த இடத்திலேயே மல மூத்திரங்களைக் கழித்து அதிலே விழுந்து எழுந்திருக்க முடியாமல் இருக்க, அவருடைய சுற்றத்தார் அவரைத் தூக்கி நிறுத்திக் கொண்டிருந்தனர். இதைக் கண்ட கௌதமர் சன்னனிடம், இது என்ன? இவர் ஏன் இப்படி இருக்கிறார்? என்று கேட்டார்.

"இவர் ஒரு நோயாளி" என்றான் சன்னன்.

"நோய் என்றால் என்ன?"

"இந்த நோயிலிருந்து இவர் பிழைக்க மாட்டார்"

"நோயிலிருந்து மீள முடியாதா? எனக்கும் நோய் வருமா?"

"எல்லோருக்கும் நோய் வரும். நோயிலிருந்து மீள முடியாது"

கிழத்தனமும் நோயும் மனிதருக்கு வரும் என்பதை அறிந்தபோது சித்தார்த்த குமாரனுக்குச் சிந்தையில் ஏதோ எண்ணம் தோன்றிற்று. அவர் ஆழ்ந்து சிந்தித்தார். பிறகு மாளிகைக்குத் திரும்பிச்சென்றார். சுத்தோ தன அரசன் தேர்ப்பாகனை அழைத்துக் குமரன் உலாவச் சென்றதைப் பற்றி விசாரித்தார். சன்னன் வழியில் நடந்ததைக் கூறினான்.

சுத்தோதனர் தம்முடைய குமாரனின் மனத்தை உலக இச்சையில் ஈடுபடும்படிச் செய்ய மேலும், அழகுள்ள இள மங்கையரைச் சித்தார்த்தரின் ஊழியத்தில் அமர்த்தினார்.

சில காலத்துக்குப் பிறகு சித்தார்த்த குமரன் மீண்டும் பூஞ் சோலைக்குப் போய் உலாவி வர விரும்பினார். சன்னன் கொண்டு வந்து நிறுத்தின தேரில் ஏறி உலாவப் போனார். போகும் வழியிலே ஓரிடத்தில் சிலர் கூட்டமாக இருந்து

ஒரு பிணத்தைக் கொளுத்துவதற்கு ஈம விறகை அடுக்கிக் கொண்டிருந்தார்கள். சித்தார்த்தர் அதனைக் கண்டு இவர்கள் என்னசெய்து கொண்டிருக்கிறார்கள் என்று சன்னனைக் கேட்டார்.

"யாரோ ஒருவரின் வாழ்க்கை முடிந்துவிட்டது. அவர் இறந்து போனார். அவரை அடக்கம் செய்கிறார்கள்" என்று கூறினான் சன்னன். தேரை அருகில் ஓட்டச் சொன்னார். தேரும் அருகில் சென்றது. கௌதமர் பிணத்தைப் பார்த்தார்.

"இறப்பு என்றால் என்ன? வாழ்க்கை முடிந்துவிட்டது என்றால் என்ன?"

"தாய் தந்தையரும் உற்றார் உறவினரும் இனி அவரைப் பார்க்க முடியாது. இறந்து போனவரும் தன் உற்றார் உறவினரைப் பார்க்க முடியாது" என்று சன்னன் கூறினான்.

"சாகாமலிருக்க முடியாதா? நானும் இறந்து விடுவேனா? தாய் தந்தையரையும் உற்றார் உறவினரையும் நான் பார்க்க முடியாமலும் அவர் என்னைப் பார்க்க முடியாமலும் இறந்து போகும் நிலை வருமா?"

"ஆம். சுவாமி. சாவு எல்லோருக்கும் உண்டு" என்றான் சன்னன்.

தேரை மாளிகைக்குத் திருப்பச் சொல்லிச் சித்தார்த்த குமரன் ஆழ்ந்த சிந்தனையில் அமர்ந்தார். சுத்தோதன அரசர் சன்னன் மூலமாகச் செய்தியை யறிந்தார். சித்தார்த்தருக்குத் துறவு எண்ணம் வராதபடித் தன் குமரனின் வாழ்க்கையில் இன்பங்களையே காணும்படி அவர் பல ஏற்பாடுகளைச் செய்தமைத்தார்.

சில காலஞ் சென்ற பிறகு மீண்டும் பூஞ்சோலைக்குப் போகச் சித்தார்த்த குமரன் விரும்பினார். சன்னன் அவரைத் தேரில் அமர்த்தித் தேரைச் செலுத்திக் கொண்டு போனான். வழியிலே ஒரு துறவி தலையை மழித்து மஞ்சள் ஆடை அணிந்து கொண்டு ஓரிடத்தில் அமர்ந்து இருப்பதைக் கண்டார். "இவர் ஏன் இப்படி இருக்கிறார்?" என்று தேர்ப்பாகனைக் கேட்டார்.

"இவர் ஒரு துறவி — சன்னியாசி?!" என்று கூறினான் சன்னன்.

"இவர் என்ன செய்கிறார்?"

"பிறவித் துன்பத்தை நீக்கி மோட்சம் அடைவதற்கு இவர் தியானம் செய்து கொண்டு இருக்கிறார்?" என்று கூறினான் சன்னன்.

சித்தார்த்த குமரன் சிந்தனையில் ஆழ்ந்தார். மாளிகைக்குச் சென்றும் அவர் சிந்தனையில் மூழ்கியிருந்தார்.

சுத்தோதன அரசர் தன் மகனான சித்தார்த்தரை உலக இன் பத்தில் ஈடுபடச்செய்து அவரைச் சக்கரவர்த்தியாக்க எண்ணி எத்தனையோ இன்ப சுகங்களை அவருக்கு அளித்தும் அவை யாவும் பயன்படவில்லை. சித்தார்த்த குமரனுக்கு உலக வாழ்க்கையில் உள்ள துன்பங்களே தெரிந்தன. இன்பமான சுகபோகங்களிலேயே சூழப் பட்டிருந்தும் அவருடைய மனம் இன்ப சுகங்களை நாடவில்லை. துன்பம் இல்லாத ஒரு நிலையைக் காண அவர் எண்ணினார்.

சித்தார்த்தரின் சிந்தனை

தாம் கண்ட இக்காட்சிகளைப் பற்றிச் சித்தார்த்தக் குமாரன் தமக்குள் இவ்வாறு எண்ணினார் : மனிதராகப் பிறந்த மக்கள் மூத்துக் கிழவராகி நரை திரையடைகிறார்கள். முதுமை யடைந்த இவர்களை மக்கள் இகழ்ந்து வெறுக்கிறார்கள். எல்லோருக்கும் நரை திரை மூப்பு வருகிறது. நானும் நரை திரை மூப்பு அடைவேன். ஆகையால் கிழத்தன்மையைக் கண்டு அருவெறுப்புக் கொள்ளக்கூடாது. இவ்வாறு அவர் நினைத்த போது அவருக்கிருந்த யௌவன மதம் (இளமையைப் பற்றிய பற்று) அவர் மனத்தைவிட்டு நீங்கியது.

பிறகு நோயாளியைப் பற்றி நினைத்தார். நோயும் பிணியும் எல்லோருக்கும் வருகின்றன. பிணியாளர்களைக் கண்டால் மற்றவர்கள் வெறுப்படைகிறார்கள். அவ்வாறு வெறுப்பது தவறு. நானும் நோயிலிருந்தும் பிணிகளிலிருந்தும் தப்ப முடியாது என்று எண்ணினார். அப்போது அவருக்கிருந்த ஆரோக்கிய மதம் (உடம்பைப் பற்றிய பற்று), அவரை விட்டு நீங்கியது.

பின்னர்ப் பிணத்தைப் பற்றி நினைத்தார். சாவு எல்லோருக்கும் ஏற்படுகிறது. ஆனால், அதை உணராதவர்கள் பிணத்தைக் காணும்போது அதை வெறுத்து அருவெறுப் படைகிறார்கள். அவ்வாறு வெறுப்பது தவறு. சாவிலிருந்து ஒருவரும் தப்பமுடியாது. எனக்கும் மரணம் உண்டு என்று எண்ணியபோது, அவருக்கிருந்த ஜீவித மதம் (வாழ்க்கைப் பற்று) அவரைவிட்டு அகன்றது.

கடைசியாகச் சந்நியாசியைப் பற்றி யோசித்தார். தீய எண்ணங்களும் தீய செயல்களும் இல்வாழ்க்கையினால் ஏற்படுகின்றன. இல்லறத்தில் உயரிய எண்ணங்களுக்கும் உயர்ந்த ஒழுக்கத்திற்கும் இடமில்லை. உயர்ந்த எண்ணங்களுக்கும் உயர்ந்த ஒழுக்கத்திற்கும் துறவறம் நல்லது, என்று நினைத்து அதில் விருப்பங் கொண்டார்.

இவ்வாறு தமக்குள் எண்ணிய வண்ணம் சித்தார்த்த குமாரன் பூஞ்சோலையை யடைந்தார். அங்குப் பலவித இனிய இயற்கைக் காட்சிகளைக் கண்டார். மாலை நேரமானவுடன் தெளிந்த நீருள்ள குளத்திலே நீராடினார். நீராடிய பிறகு ஒரு கற்பாறையில் அமர்ந்து தமது உடம்பை நன்றாக அலங்காரம் செய்து கொள்ள வேண்டுமென்று நினைத்தார். அப்போது பணிவிடையாளர் வந்து அவரைத் தேவேந் திரன்போல அலங்காரம் செய்தனர். ஆனால், இல்லற வாழ்க்கையின் துன்பங்களும் துறவற வாழ்க்கையின் மேன்மைகளும் அவர் மனத்தை விட்டு அகலாமல் இருந்தன. அவர் மனம் சிந்தனையில் ஆழ்ந்திருந்தது.

அரண்மனை திரும்பியது

தேவேந்திரனைப் போன்று அலங்கரிக்கப்பட்ட சித்தார்த்த குமாரன் பூஞ்சோலையிலிருந்து அரண் மனைக்குப் புறப்பட்டார். இன்னிசை முழங்க, பரிவாரங்கள் புடைசூழ அவர் தேரில் அமர்ந்தார். அவ்வமயம் சுத்தோதன அரசரால் அனுப்பப்பட்ட ஒருவர் வந்து, யசோதரைத் தேவியாருக்கு ஒரு ஆண் குழந்தை பிறந்த செய்தியைத் தெரிவித்தார். இதைக் கேட்ட இவர், தாம் செய்ய நினைத்திருக்கும் முயற்சிக்கு ஒரு தடை பிறந்தது என்று மனதில் நினைத்து,

“எனக்கு ஒரு இராகுலன் பிறந்தான்” என்று தமக்குத் தாமே கூறிக் கொண்டார். இதைக் கேட்டு வந்த ஆள் சுத்தோதன அரசரிடம் போய் இவர் தமக்குள்ளே சொல்லிக்கொண்டதைத் தெரிவித்தார், அதைக் கேட்ட சுத்தோதன அரசர், சித்தார்த்த குமரன் கருதிய பொருளை அறியாமல், தமது பேரனுக்கு இராகுலன் என்று பெயர் சூட்டினார்.

சித்தார்த்த குமாரன் தேரில் அமர்ந்து ஊர்வலமாகத் தமது அரண் மனைக்குத் திரும்பி வந்தார். வரும் வழியில் ஆடவரும் மகளிரும் தத்தம் இல்லங்களில் இருந்து இவரைக் கண்டுமகிழ்ந்தார்கள். ஒரு மாளிகையின் மேல் மாடியில் இருந்த கிரிசா கௌதமி என்பவள் சித்தார்த்த குமாரனைக் கண்டு மகிழ்ந்து இவ்வாறு பாடினாள் :

“நிப்புதா நூன ஸா மாதா
நிப்புதோ நூன ஸோ பிதா
நிப்புதா நூன ஸா நாரீ
யஸ்ஸா யங் ஈதிஸோ பதி”

இவரை மகனாகப்பெற்ற தாய் மகிழ்ச்சியுள்ளவள். இவரை மகனாகப் பெற்ற தந்தை மகிழ்ச்சியுள்ளவர். இவரைக் கணவனாகப் பெற்ற மங்கை மகிழ்ச்சியுள்ளவள் என்பது இப்பாட்டின் கருத்தாகும்.

இவ்வாறு கிரிசா கௌதமி பாடியதைக் கேட்ட சித்தார்த்த குமாரன், உலகத் துன்பங்களினின்று விடுதலை பெறக் கருதிக் கொண்டிருப்பவர் ஆதலின், இப் பாடலுக்கு இவ்வாறு வேறு பொருள் கொண்டார்; காமம், பகை, இறுமாப்பு, பொய்க்காட்சி முதலிய நிப்புதம் (தீ) அவிந்தால், நிர்வாண மோக்ஷம் என்னும் இன்பம் உண்டாகும். இவ்வாறு தமக்குள் வேறு பொருள் கருதிய இவர், இத்தகைய நினைப்பை உண்டாக்கிய கிரிசா கௌதமிக்கு நன்கொடை வழங்கக் கருதி, தமது கழுத்தில் அணிந்திருந்த ஆயிரக்கணக்கான பொன் மதிப்புள்ள முத்து மாலையைக் கழற்றி ஒரு ஆளிடம் கொடுத்து அவளுக்கு வழங்கினார். சித்தார்த்த குமாரன் அனுப்பிய முத்துமாலையை ஏற்றுக்கொண்ட கௌதமி, அவர் தன்னைக் காதலித்ததாகக் கருதிக் கொண்டாள்.

அந்த இரவு

பூஞ்சோலையிலிருந்து நகர்வலமாக அரண்மனைக்கு வந்த சித்தார்த்த குமாரன் அரண்மனையை யடைந்து தேரை விட்டிறங்கி அரண்மனைக்குள் சென்று ஆசனத்தில் அமர்ந்தார். அப்போது, தேவ லோகத்து மங்கையரைப் போன்று அழகு வாய்ந்த பெண்கள், நல்ல ஆடையணிகளை அணிந்து கண்ணையும் கருத்தையும் கவரும் இனிய தோற்றம் உடையவராக அவ் விடம் வந்து இசைக் கருவிகளை வாசித்தும் நடனம் ஆடியும் இசை பாடியும் அவருக்கு மகிழ்ச்சி யூட்டினார்கள். ஆனால், மக்கள் வாழ்க்கையின் துன்பங்களைக் கண்டு வாழ்க்கையில் வெறுப்புக் கொண்டிருந்த சித்தார்த்த குமாரனுக்கு இவர்கள் நிகழ்த்திய ஆடல் பாடல்களில் மனம் செல்லவில்லை. இவர்களின் ஆடல்கள் அவர் கண்ணைக் கவரவில்லை. இனிய பாடல்கள் செவிக்கு இன்பம் ஊட்டவில்லை. ஆகவே, சித்தார்த்த குமாரன் உலக வாழ்க்கையை வெறுத்தவராய்க் கட்டிலிற்படுத்து உறங்கி விட்டார். அரசகுமாரன் கண்ணுறங்கியதைக் கண்டு இளமங்கையர் தாம் நிகழ்த்திய ஆடல் பாடல்களை நிறுத்தி, இசைக் கருவிகளைப் பக்கத்தில் வைத்துக் கொண்டு அவ்விடத்திலேயே தாங்களும் உறங்கி விட்டார்கள்.

எல்லோரும் கண்ணுறங்கும் நள்ளிரவிலே சித்தார்த்த குமாரன் விழித்தெழுந்தார். மகளிர் கண்ணுறங்குவதைக் கண்டார். அந்தக் காட்சி அவருக்கு வெறுப்பை உண்டாக்கிற்று. சில மகளிர் வாயைத் திறந்து கொண்டு உறங்கினர். சிலர் வாயிலிருந்து எச்சில் ஒழுகிக் கொண்டிருந்தது. சில மகளிர் வாய் பிதற்றினர். அவர்களின் கூந்தல் அவிழ்ந்தும் ஆடைகள் விலகியும் கிடந்தன. இந்த விகாரக் காட்சிகளைக் கண்ட சித்தார்த்த குமாரன் மனவெறுப்புடன் தனக்குள் இவ்வாறு எண்ணினார்: சற்று முன்பு இவர்கள் தேவலோகப் பெண்களைப் போன்று காணப்பட்டனர். இப்போது வெறுக்கத்தக்கக் காட்சியளிக்கின்றனர். சற்று முன்பு இந்த இடம் தெய்வலோகம் போன்று இருந்தது. இப்போது இடு காடு போலக் காணப்படுகிறது. உலகம் தீப்பிடித்தெரியும் வீடுபோன்று காணப்படுகிறது. இவ்வாறு அவர் தமக்குள் எண்ணிக்கொண்டபோது இப்பொழுதே

இல்லற வாழ்க்கையைவிட்டு விலகிப்போக வேண்டும் என்னும் எண்ணம் அவருக்கு உண்டாயிற்று.

உடனே சித்தார்த்த குமாரன் கட்டிலை விட்டெழுந்து மண்டபத்தைக் கடந்து வாயில் அருகிலே வந்து, "யார் அங்கே" என்று பணி யாளர்களை விளித்தார். "அரசே, அடியேன் சன்னன்" என்று கூறித் தேர்ப்பாகன் அவரை வணங்கி நின்றான். "சன்னா! இப்பொழுது நான் அரண்மனையை விட்டுப் புறப்படப் போகிறேன். குதிரையை இங்குக் கொண்டுவா" என்று கட்டளையிட்டார். சன்னன் தலைவணங்கிக் குதிரைக் கொட்டிலுக்குச் சென்றான்.

சித்தார்த்த குமாரன், தமது குழந்தையைப் பார்க்க எண்ணி, யசோதரை அரசியார் உறங்குகிற அறையை நோக்கிச் சென்றார். சென்று, ஓசை படாமல் மெல்லக் கதவைத் திறந்தார். மங்கலான ஒளியைக் கொடுத்துக் கொண்டு விளக்குகள் எரிந்து கொண்டிருந்தன. விளக்குகளுக்கு இடப் பட்டிருந்த எண்ணெயிலிருந்து இனிய நறுமணம் அவ்வறையில் கமழ்ந்து கொண்டிருந்தது. அவ்வறையில் இருந்த கட்டிலில், மல்லிகைப் பூக்களைத் தூவிய மெல்லிய பஞ்சணையின் மேலே யசோதரை அரசியார், தமது குழந்தையை வலது கையினால் அணைத்துக் கொண்டு கண்ணுறங்கிக் கொண்டிருந்தார்.

சித்தார்த்த குமாரன் அறைக்குள்ளே செல்ல வாயில் நிலையின் மேல் அடி வைத்தார். அப்போது அவர் உள்ளத்தில் ஓர் எண்ணம் உதித்தது. "உள்ளேபோய்த் தேவியின் கையை விலக்கிக் குழந்தையைப் பார்ப்போமானால், தேவி விழித்துக் கொள்வாள். அதனால், என்னுடைய துறவுக்குத் தடை ஏற்படக்கூடும். ஆகவே, நான் சென்று புத்த நிலையை யடைந்த பிறகு என் மகனை வந்து காண்பேன்" என்று தமக்குள் எண்ணினார்.

சித்தார்த்தர் வெளியேறியது

உலகத்தின் நான்கு திசைகளிலும் காவல்பூண்ட சதுர் மகாராஜிக தேவர்கள், சித்தார்த்த குமாரன் இல்லறத்தை விட்டுப் போகிறதை யறிந்து, தமது பரிவாரங்களுடன் கபிலவத்து நகரத்துக்கு வந்து ஒருவரும் அறியாதபடி

அரண்மனையை யடைந்தார்கள். கிழக்குத் திசைக்குக் காவல்பூண்ட திருதராஷ்டிரன் என்னும் தேவன், தன்னைச் சேர்ந்த கந்தர்வ பரிவாரங்களுடன் இன்னிசை பாடிக்கொண்டு ஆகாய வழியே வந்து மும்முறை அரண்மனையை வலம் வந்து தரையில் இறங்கிச் சித்தார்த்த குமாரன் இருந்த பக்கமாகத் தலை குனிந்து கை கூப்பி வணங்கினான். தெற்குத் திசைக்குக் காவல் பூண்ட விரூதாக்ஷன் என்னும் தேவன், தனது கும்பாண்டர் என்னும் பரிவாரங்களுடன் இனிய நறுமணப் பொருட்களை ஏந்திக்கொண்டு ஆகாய வழியே வந்து அரண்மனையை மும்முறைவலம் வந்து தரையில் இறங்கி அரச குமாரனை வணங்கி நின்றான். மேற்குத் திசைக்குக் காவல் பூண்ட விருளாக்ஷன் என்னும் தேவன், தனது பரிவாரங்களாகிய இயக்கருடன் தீவட்டி விளக்கு முதலியவைகளை ஏந்திக்கொண்டு ஆகாய வழியே வந்து அரண்மனையை வலமாகச்சுற்றித் தரையில்இறங்கி வணங்கி நின்றான். வடக்குத் திசைக்குக் காவல் பூண்ட வைசிரவணன் என்னும் தேவன், தனது பரிவாரங்களாகிய நாகர்களுடன் நவரத்தினங்களையும் அணி கலன்களையும் ஏந்திக்கொண்டு வந்து அரண்மனையை வலமாகச் சுற்றித் தரையில் இறங்கி வணங்கி நின்றான்.

பின்னர்த் தேவலோகத்திலிருந்து சக்கரன் (இந்திரன்), தேவர்கள் புடைசூழத் தேவலோகத்து மலர்களையும் நறுமணப் பொருள் களையும் நவமணி மாலைகளையும் ஏந்திக் கொண்டு விண்ணிலிருந்து இறங்கி மும்முறை வலம் வந்து சித்தார்த்த குமாரனைக் கைகூப்பி வணங்கி நின்றான்.

இல்வாழ்க்கையின் அன்புப் பிடியினின்று மீள்வது அருமை யாயினும் சித்தார்த்த குமாரன், எல்லா மக்களும் உய்வதற்கு நன்னெறியைக் காணவேண்டும் என்னும் பெருங் கருணையினாலே உந்தப்பட்டு, மகனைக் காண அறைக்குள்ளே செல்லாமல் வெளியே வந்துவிட்டார். தாம் துறவு கொண்டால் தமது சுற்றத்தாரும் மற்றவரும் மனம் வருந்துவார்கள் என்றாலும், தாம் துறவுகொள்வது உலக மக்களின் நன்மைக்காக வாதலின் இவர்களின் வருத்தத்தைப் பொருட் படுத்தாமல் உப்பரிகையினின்றும் இறங்கிக் கீழே வந்தார். பிரயாணத் திற்கு ஆயத்தப்படுத்திய கந்தகன் என்னும் குதிரையுடன் சன்னன் வாயிலில் காத்திருந்தான். சித்தார்த்த

குமரன் குதிரை மேல் அமர்ந்து, சன்னனைக் குதிரை யின் வாலைப் பிடித்துக் கொள்ளச் சொல்லித் தென்கிழக்குப் பக்கமாகக் குதிரையைச் செலுத்தினார்.

* * *

அடிக்குறிப்புகள்

1. அநாகாமிக பிரமதேவர் — தூய மனமுடைய மகாபிரமர்
2. சதுர் மகாராஜிக தேவர் — நான்கு திக்குப் பாலகர். திருதராட்டிரன், விருபாக் கன், விருளாக்ஷன், வைசிரவணன் என்பவர்.
3. போதிசத்துவர் புத்தரான பிறகு, நாலக முனிவர் இமய மலையிலிருந்து வந்து அவரிடம் ஞானோபதேசம் பெற்று மீண்டும் இமய மலைக்குச் சென்றார். நாலக முனிவருக்குப் புத்தர் அருளிய உபதேசங்களைச் சூத்திர நிபாதத்தின் நாலகச் சூத்திரங்களில் காணலாம்.
4. அர்த்தசித்தி — உயர்ந்த மேன்மையைக் கொடுப்பது.
5. விம்பசார காவியம்
6. இவரைச் சர்வமித்திரர் என்றும் கூறுவர்.

* * *

கௌதமரின் துறவு வாழ்க்கை

நாட்டைக் கடந்தது

அன்று ஆனித்திங்கள் முழுநிலவுள்ள வெள்ளுவாநாள் (ஆஷாட பௌர்ணமி). நள்ளிரவு. நகர மக்கள் கண்ணுறங்கு கின்றனர். முழுநிலா, பால்போன்ற நிலவை எங்கும் வீசுகிறது. இந்த நள்ளிரவிலே சித்தார்த்த குமரன் தன்னந்தனியே குதிரையில் பிரயாணம் செய்கிறார். குதிரைப்பாகன் மட்டும் அவரைப் பின்தொடர்ந்து செல்கிறான்.

சித்தார்த்த குமரனுக்குப் பிரியமான கந்தகன் என்னும் இக் குதிரை, குமரன் நள்ளிரவில் பிரயாணம் செய்வதை விரும்பாமல், மற்றவர்களை விழித்தெழச் செய்வதுபோல பலமுறை உரத்த சத்தமாகக் கனைத்தது. அந்த ஒலியை யாரும் கேளாதபடி தேவர்கள் தடுத்து விட்டார்கள். குதிரையின் குளம்புகளிலிருந்து 'டக் டக்' கென்று ஒலி உண்டாயிற்று. அவ்வொலியையும் யாரும் கேளாதபடி தேவர்கள் தடுத்து விட்டார்கள். நகரத்து வாயிலை யடைந்தபோது, மூடப்பட்டிருந்த வாயில் கதவுகளைத் தேவர்கள் திறந்து விட்டார்கள். சித்தார்த்த குமரன் குதிரையைச் செலுத்தி நகரத்தை விட்டு வெளிப்பட்டார்.

சாக்கியர்நாடு, கோலியர் நாடு, மள்ளர்நாடு ஆகிய நாடுகளைக் கடந்து முப்பது யோசனைதூரம் பிரயாணம் செய்தார் சித்தார்த்த குமரன். கடைசி யாக, விடியற் காலையில் அனோமை என்னும் ஆற்றங்கரையை யடைந்தார். கரை ஓரத்தில் வந்து தமது காலினால் மெல்லத் தட்டிக் குதிரைக்குச் சமிக்கை செய்தார். குதிரை துள்ளிப் பாய்ந்து ஆற்றைக் கடந்து அக் கரையில் நின்றது. சித்தார்த்த குமரன், குதிரையினின்று இழிந்து வெள்ளிய தூய்மையான ஆற்று மணலிலே அமர்ந்தார்.

சன்னன் வந்து அருகில் நின்றான். "சன்ன, நான் துறவு கொள்ளப் போகிறேன். என்னுடைய ஆடையணிகளையும் குதிரையையும் நகரத் திற்குக் கொண்டு போவாயாக" என்று சித்தார்த்தகுமரன் சன்னனிடம் கூறித் தமது ஆடையணிகளைக் கழற்றினார். மனவருத்தம் அடைந்த சன்னன் அவரை வணங்கி, "அரசே, அடியேனும் துறவு கொள்ளுவேன்" என்றான். "சன்ன, வேண்டாம்! இப்போது வேண்டாம், தந்தையாரும் சிறிய தாயாரும் யசோதரையும் நான் துறவுகொண்டதையறிய மாட்டார்கள். நீ நகரத்திற்குப் போய் என் செய்தியைக் கூறு. நான் பின்னர் வந்து உனக்குத் துறவு கொடுப்பேன்" என்று கூறிச் சித்தார்த்த குமரன் ஆடையணிகளைச் சன்னனிடம் கொடுத்து நகரத்திற்குப் போகச் சொன்னார்.

துறவு பூண்டது

பின்னர் நீண்டு வளர்ந்திருந்த தமது தலைமயிரை இடது கையில் பிடித்துக்கொண்டு வலக்கையில் வாளை எடுத்து அடியோடு அரிந்தார். அவ்வாறே மீசை தாடிகளையும் களைந்தெறிந்தார். இவ்வாறு சித்தார்த்த குமரன் அரச கோலத்தைக் களைந்து துறவுக்கோலம் பூண்டார்.

குதிரைப் பாகன் மனவருத்தத்துடன் நின்றான். சித்தார்த்தர், நகரத்திற்குப் போய்த் தமது தந்தையிடம் செய்தி கூறும்படி அவனுக்குக் கட்டளையிட்டார். சன்னன் அழுதுகொண்டே அவரை வணங்கி, குதிரையின் கடிவாளத்தைக் கையில் பிடித்துக்கொண்டு போகப் புறப்பட்டான். ஆனால், கந்தகன் என்னும் அந்தக் குதிரை நகரவில்லை. அது சித்தார்த்தருடைய கால்களை நக்கி உளம் நிறைந்த அன்போடு தன் கண்களினாலே அவரைப் பார்த்துக்கொண்டு நின்றது, சித்தார்த்தர் எழுந்துநின்று, "நீங்கள் நகரத்திற்குப் போங்கள்" என்று சொல்லிக் கொண்டே வேறிடம் செல்லப் புறப்பட்டார். அப்போதும் கந்தகன் நகராமல் அவர் போவதைப் பார்த்துக்கொண்டே இருந்தது. நெடுந்தூரம் சென்றபின் அவர் கண்ணுக்கு மறைந்துவிட்டார். அப்போது அந்தக் குதிரை அவருடைய பிரிவைத் தாங்கமாட்டாமல் வருத்தத்தோடு கீழேவிழுந்தது. உடனே அதன் உயிர் நீங்கியது.

சன்னன், மனம் நொந்து அழுதுகொண்டே கபிலவத்து நகரத்தை நோக்கி நடந்தான். அரண்மனையை யடைந்து சுத்தோதன அரசரிடம், சித்தார்த்த குமரன் துறவுபூண்ட செய்தியைக் கூறினான்.

சுத்தோதனர் துயரம்

இச்செய்தியைக் கேட்டு அரண்மனையில் இருந்த எல்லோரும் அழுது புலம்பினார்கள். சிறிய தாயாராகிய மகா பிரஜாபதி கௌதமி, கன்றை இழந்த பசுவைப் போலக் கதறினார். யசோதரையாரின் துக்கத்தைச் சொல்லிமுடியாது. செய்தி கேட்ட சுத்தோதன அரசர் இடியோசை கேட்ட நாகம்போன்று மூர்ச்சையடைந்து விழுந்துவிட்டார். முகத்தில் குளிர்ந்த நீரைத் தெளித்து விசிறி கொண்டு மெல்ல விசிறினார்கள். மூர்ச்சை தெளிந்து கண்விழித்தார், "குமாரா! உன்னைப் பிரிந்து எப்படி உயிர் வாழ்வேன். ஐயோ! திரும்பி வரமாட்டாயா?" என்று கதறினார். அப்போது அமைச்சர்கள் வந்து அரசருக்கு ஆறுதல் கூறினார்கள். "மகாராஜா கவலைப்படுவதில் பயன் இல்லை. இப்படி நடக்கும் என்பது முன்னமே தெரிந்ததுதானே. அசித முனிவரின் தீர்க்கதரிசனம் மெய்யாய்விட்டது. வினையை வெல்ல யாரால் ஆகும்? நடப்பது நடந்தே தீரும்" என்று கூறித் தேற்றினார்கள். ஆனால், இச்சொற்கள் அரசரின் செவியில் ஏறவில்லை.

"என் அருமை மகனை அழைத்து வாருங்கள். உடனே போய் அழைத்து வாருங்கள்" என்று ஆவலாகக் கூறினார்.

அரசருடைய துயரத்தைக் கண்ட அமைச்சர்கள் "நாங்கள் போய் குமாரனை அழைத்து வருகிறோம். மகாராஜா, கவலைப் படாமல் இருங்கள்" என்று தேறுதல் கூறி அமைச்சர்கள் புறப் பட்டுச் சித்தார்த்த குமரனைத் தேடிச் சென்றார்கள்.

அரசகுமாரன் துறவு பூண்டு வெளியேறிய செய்தி கேட்டு நகரமக்கள் எல்லோரும் கவலையில் ஆழ்ந்தனர். தங்கள் குடும் பத்தில் அன்புக்குரிய ஒருவன் பிரிந்து போனது போலக் கருதி அவர்கள் துயரம் அடைந்தார்கள். கபிலவத்து நகரம் துன்பத்தில் மூழ்கியது. ஆயினும், அமைச்சர்கள் அரசகுமாரனை அழைத்து வரச் சென்றிருப்பதனாலே,

குமாரன் திரும்பி வருவார் என்ற நம்பிக்கை எல்லோருக்கும் ஆறுதல் அளித்தது.

இராசகிருகம் சென்றது

அனோமை ஆற்றங்கரையை விட்டுச் சென்ற கௌதம தபசி — துறவுபூண்ட சித்தார்த்த குமரனைக் கௌதம தபசி என்று அழைப்போம் — கால்நடையாகச் சென்று அநுபிய நகரத்தைய டைந்தார். 'நகரத்திற்குள் செல்லாமல் அருகிலிருந்த மாந்தோப்பினுள் சென்று மன அமைதி யோடு தங்கியிருந்தார். பிறகு, மாஞ் சோலையை விட்டுப் புறப்பட்டு நடந்து சென்றார். எட்டாவது நாளில் இராசக்கிருக நகரத்தையடைந்தார். அடைந்து நகரத்தின் கிழக்கு வாயில் வழியாக நகரத்துக்குள் சென்று, வீடுவீடாகப் பிச்சை ஏற்றார். தெருவில் இவரைக் கண்டவர்கள் "இவர்யார்; இவர் யார்?" என்று வியப்புடன் கேட்டார்கள். சிலர், "இவர் மன்மதன்" என்றார்கள். சிலர், இவர் "சந்திரகுமரன்" என்றார்கள். சிலர், "இல்லை இல்லை; இவர் சூரிய குமரன்" என்றார்கள். மற்றும் சிலர், இவர் "சூரிய குமரன் அல்லர்; பிரமன்" என்றார்கள், அறிவுள்ள சிலர், "இவர் மனிதராகப் பிறந்த புண்ணிய புருஷர்; இவர் மக்களுக்கு நன்மை செய்யக்கூடிய மகான்" என்று சொன்னார்கள்.

அப்போது விம்பசார அரசனுடைய சேவகர் இவரைக்கண்டு வியப்படைந்து அரசனிடம் விரைந்து சென்று, "தேவ! துறவி ஒருவர் நகரத்துக்குள் வந்து வீடு வீடாகப் பிச்சை ஏற்கிறார். அவரைப் பார்த்தால் — தேவகுமாரனோ, நாககுமாரனோ, கருட குமாரனோ அல்லது மனித குமரன்தானோ என்று கூறமுடிய வில்லை" என்று தெரிவித்தார்கள். அரசன் அரண்மனையின் உப் பரிகையில் சென்று தெருவில் பிச்சை ஏற்கும் கௌதம துறவியைப் பார்த்தார். துறவியின் கம்பீரமான தோற்றத்தையும், அமைதியும் பொறுமையுமுள்ள நிலையையும் கண்டு வியப்படைந்தார். பிறகு அரசன் சேவகரைப் பார்த்து, "இவர் தேவ குமாரனாக இருந்தால், நகரத்தைவிட்டு நீங்கும்போது ஒருவருக்கும் தெரியாமல் திடீரென மறைந்துவிடுவார். நாக குமாரனாக இருந்தால் பூமிக்குள் மறைந்து விடுவார். கருடகுமாரனாக இருந்தால்

ஆகாயத்தில் மறைந்துவிடுவார். மனிதனாக இருந்தால் தம்மிடம் உள்ள உணவை உட்கொள்வார். நீங்கள் இவரைப் பின் தொடர்ந்துபோய்க் கூர்ந்து பார்த்து இவர் செய்கையை அறிந்து வந்து சொல்லுங்கள்” என்று கூறி அனுப்பினான். அரசன் உத்தரவுப்படியே சேவகர்கள் சென்றார்கள்.

வீதியிலே வீடுவீடாகச் சென்று பிச்சை ஏற்ற கௌதமத் துறவி, போதுமான உணவு கிடைத்தவுடன், தாம் வந்தவழியே நகரத்தைவிட்டு வெளியே வந்தார். வந்தவர் சற்றுத் தொலைவில் உள்ள பண்டவ[1] மலைக்குச் சென்று அதன் அடிவாரத்தில் கிழக்கு நோக்கி அமர்ந்து தாம் பிச்சை ஏற்றுக் கொண்டுவந்த உணவை உண்ணத் தொடங்கினார். பிச்சைச் சோறு அவருக்கு அரு வெறுப்பை உண்டாக்கிற்று. இவ்வித எளிய உணவைக் கண்ணினாலும் கண்டிராத இவர், இதை எப்படி உண்ண முடியும்? உண்ண முடியாமல் வாய் குமட்டியது. இன்னும் தான் அரச குமாரன் அல்லர் என்பதையும், எல்லாவற்றையும் துறந்த துறவி என்பதையும் தமக்குத் தாமே சிந்தித்துத் தெளிந்து தமக்கிருந்த அருவெறுப்பை நீக்கிக்கொண்டு அந்த உணவை உட்கொண்டார்.

விம்பசாரன் வேண்டுகோள்

சேவகர், அரண்மனைக்குச் சென்று கௌதமத் துறவி பண்டவ மலை யடியில் தங்கியிருப்பதை விம்பசார அரசனுக்குத் தெரிவித்தார்கள். விம்பசாரன், துறவியைக் காணப் பண்டவ மலைக்கு வந்தான். வந்து, கௌதமத் துறவியைக் கண்டு வியப்படைந்தான்.. பின்னர் அரசன் கௌதமரை நோக்கி இவ்வாறு கூறினான். “தாங்கள் இளவயதுள்ளவர்; இந்த வயதில் துறவு எதற்காக? இந்த அங்க மகத தேசங்களில் எதை யேனும் ஒன்றைத் தங்களுக்குக் கொடுக்கச் சம்மதிக்கிறேன், தாங்கள் அரசராக இருந்து நாட்டுக்கு நன்மை செய்யுங்கள். தங்களுடைய குலம் கோத்திரங்கள் யாவை?”

விம்பசார அரசன் கூறியதைக் கேட்ட கௌதமர், கபிலவத்து நகரத்தின் பக்கமாகத் தமது கையை நீட்டிக் காட்டி “அதோ அந்தக் கபிலவத்து நகரத்திலே சாக்கிய குலத்திலே பிறந்தவன் நான். அந்த நகரத்து அரசரான சுத்தோதனர்

என்னுடைய தந்தை. மகாராஜனே! நானும் அரச குமாரனாக இருந்தவன். அரச போகங்களும் இன்ப சுகங்களும் இனி எனக்கு வேண்டா. ஆகையினாலே தாங்கள் அளிப்பதாகக் கூறும் அங்க நாடும் மகத நாடும் எனக்கு வேண்டா. மெய்ஞ் ஞானத்தை யடையும் பொருட்டு உலக வாழ்க்கையைத் துறந்து துறவறத்தை மேற்கொண்டேன்” என்று கூறினார்.

கௌதமர் கூறியதைக் கேட்ட விம்பசார அரசன் தாம் நேரில் பாராமலே தமது மனத்தில் நட்புரிமை கொண்டிருந்த சித்தார்த்த குமாரன் இவர் என்பதையறிந்து, பெரிதும் வியப்பும் மகிழ்ச்சியும் அடைந்து, தமது நாட்டில் சரி பகுதியை அவருக்குத் தருவதாகவும் அதனை அரசாளவேண்டும் என்றும் கூறி, மீண்டும் மீண்டும் வேண்டினான். கௌதமர் அரசனது வேண்டுகோளை உறுதியாகவும் வன்மையாகவும் மறுத்தார். கடைசியாக விம்பசார அரசன் இவ்வாறு கூறினான்: “சுத்தோதன அரசருடைய சித்தார்த்த குமாரன் நான்கு நிமித்தங்களைக் கண்டு துறவு பூண்டு புத்தராகப் போகிறார் என்று சொல்லக் கேள்விப் பட்டிருக்கிறேன். தாங்கள் புத்த பதவி யடையப்போவது உறுதி. தாங்கள் புத்தரான பிறகு, என்னுடைய நாட்டிற்கு எழுந்தருளி அறநெறியைப் போதித்தருள வேண்டும்.” இவ்வாறு கூறி விம்பசாரன் கௌதமரை வணக்கமாக வேண்டிக் கொண்டான். கௌதமர் அவ்வாறே வருவதாக வாக்களித்தார். கௌதமரை வணங்கி அரசன் அரண்மனைக்குச் சென்றான்.

பார்க்கவ ஆசிரமம்

துன்பம் நீங்கிய இன்பமான சாந்திநிலை யடைவதைக் குறிக் கோளாகக் கொண்ட கௌதமர், பண்டவமலையை விட்டுப் புறப்பட்டார். அவர் நேரே பார்க்கவ முனிவருடைய ஆசிரமத்தையடைந்து அங்குச் சில காலம் தங்கினார். பார்க்கவ முனிவர் கௌதமருக்குத் தமது கொள்கைகளை உபதேசம் செய்தார். கௌதமர் தாம் நாடியிருக்கும் வீட்டு நெறிக்குப் பார்க்கவருடைய உபதேசங்கள் உதவி செய்வன அல்ல என்று கண்டு அவ்வாசிரமத்தை விட்டுப் போய்விட்டார்.

ஆளார ஆசிரமம் சென்றது

பார்க்கவ ஆசிரமத்தை விட்டுச் சென்ற கௌதமர் வைசாலி நாட்டின் பக்கமாகச் சென்றார். அங்கு ஒரு ஆசிரமத்தில் பல சீடர்களுக்கு ஆசிரியராக இருந்த ஆளார காலாமர் என்னும் முனிவரிடம் சென்றார். காலாம கோத்திரத்தைச் சேர்ந்தவராகிய ஆளார முனிவர் ஏழுவிதமான ஸமாபத்திகளை (தியானங்களை)க் கைவரப் பெற்றவர். இவரை யடைந்த கௌதமர் இவரிடம் சீடராக அமர்ந்தார். ஆளாரர் இவருக்குத் தமது ஸமாபத்தி முறைகளை உபதேசம் செய்தார் ஆளாரர் சொல்லிய முறைகளைக் கைக்கொண்டு கௌதம முனிவர் அவற்றின்படி ஒழுகி ஏழு ஸமாபத்திகளையும் அடைந்தார். இதையறிந்த ஆளார முனிவர் கௌதம முனிவரைத் தமக்குச் சமமாக வைத்துத் தமது சீடர்களில் சரி பகுதியினரை இவருக்குச் சீடராகக் கொடுத்தார். அன்றியும் தம்மை நாடி வருகிறவர்களைக் கௌதமரிடம் அனுப்பித் தம்மைப்போலவே இவரையும் சிறப்புச் செய்து வணங்கும்படி இவருக்கும் குரு பதவியை யளித்தார். ஆனால், தாம் கைவரப்பெற்ற ஏழு விதமான ஸமாபத்தியினாலும் தாம் நாடியுள்ள மோக்ஷ நிலையை அடைய முடியாது என்று அறிந்த கௌதம முனிவர் இந்த ஆசிரமத்தை விட்டுப் போய்விட்டார்.

உத்ரக ஆசிரமம்

ஆளார முனிவரின் ஆசிரமத்தை விட்டுச் சென்ற கௌதமர், மகத தேசத்தை யடைந்து மஹீநதி என்னும் ஆற்றைக் கடந்து அக் கரைக்குச் சென்றார். சென்று அங்கிருந்த உத்ரக இராமபுத்திரர் என்னும் முனிவருடைய ஆசிரமத்தையடைந்தார். அடைந்து அவருடைய போதனைகளை அறிந்துகொள்ள விரும்பினார். உத்ரகர் இவரைச் சீடராக ஏற்றுக்கொண்டு தாம் அறிந்திருந்த எல்லாவற்றையும் இவருக்கு உபதேசம் செய்தார். இவருடைய உபதேசம், ஆளார முனிவருடைய உபதேசத்தைப் போன்றதே. ஆயினும் அதைவிட அதிகமாக எட்டாவது ஸமாபத்தியை (தியானத்தை)யும் கொண்டது.

கௌதம முனிவர் உத்ரகர் போதித்தவற்றைக் கேட்டு அவற்றின் படி யோகாப்பியாசம் செய்து எட்டாது ஸமாபத்தியையும் கைவரப் பெற்றார். பிறகு, உத்ரக முனிவரிடம் சென்று தாம் எட்டாவது ஸமா பத்தியைக் கைவரப்பெற்றதைக் கூறி இதற்கு மேலாக ஏதேனும் உண்டா என்று கேட்டார். உத்ரக முனிவர், "இவ்வளவுதான்; இதற்குமேல் ஒன்றும் கிடையாது" என்று கூறி, ஆளார காலாமர் செய்தது போலவே உத்ரகரும் கௌதமரைத் தமக்குச் சமமாக வைத்துத் தமது சீடர்களில் சரிபாதி தொகையினரை இவருக்கு மாணவராகக் கொடுத்துத் தமக்குச் சமமான ஆசாரிய பதவியையளித்துப் பாராட்டினார். ஆனால், எட்டாவது ஸமாபத்தியும் மோக்ஷத்திற்கு வழியல்ல என்று அறிந்த கௌதம முனிவர், ஆசாரிய பதவியை ஏற்றுக் கொள்ளாமல் ஆசிரமத்தை விட்டுப் போய்விட்டார்.

கௌதமரின் மன உறுதி

கபிலவத்து நகரத்தை விட்டுப் புறப்பட்ட அமைச்சர்கள் இருவரும், சித்தார்த்த குமரன் சென்ற வழியைக் கேட்டுத் தெரிந்து கொண்டு அவரைத் தேடிப் பின்தொடர்ந்து சென்றார்கள். கடைசியாக அவர்கள் பார்க்கவ முனிவரின் ஆசிரமத்துக்கு வந்தார்கள். முனிவர் அவர்களை வரவேற்று அவர்கள் வந்த காரியத்தைக் கேட்டார். சித்தார்த்த குமரன் ஆசிரமத்தில் இருப்பதாகக் கேள்விப்பட்டு அவரை அழைத்துப் போக வந்ததாக அமைச்சர்கள் கூறினார்கள். பார்க்கவ முனிவர் இவ்வாறு கூறினார்: "நீங்கள் கேள்விப்பட்டது உண்மையே. சித்தார்த்த குமரன் இங்கு வந்து சிலநாள் தங்கியிருந்தார். பிறகு எமது கொள்கை அவருக்குப் பிடிக்காமல் இவ்விடத்தைவிட்டுப் போய்விட்டார். அவர், ஆளாரகாலாமருடைய ஆசிரமத்துக்குப் போனதாகத் தெரிகிறது" என்று கூறினார்.

உடனே அமைச்சர்கள் அவரிடம் விடைபெற்றுக்கொண்டு, ஆளார காலாமர் ஆசிரமத்துக்கு வந்தார்கள். வந்து அங்குப் போதிசத்துவரைக் கண்டார்கள். போதிசத்துவராகிய கௌதம முனிவர், அவர்களை அன்புடன் வரவேற்று,

வந்த சேதியைக் கேட்டார். அவர்கள் சுத்தோதன அரசர் அடைந்துள்ள துயரத்தைக் கூறி நாட்டுக்குத் திரும்பி வரும்படி அழைத்தார்கள். "அரசர் உம்மை உயிர்போல நேசிக்கிறார் என்பது உமக்குத் தெரியும். குமாரன் துறவு பூண்டு வெளிப்பட்டதைக் கேட்டது முதல் தீராத் துயரமடைந்து குற்றுயிராகக் கிடக்கிறார். குமாரனுக்குப் பட்டாபிஷேகம் செய்து வைக்க அவர் அவாகொண்டிருக்கிறார். குமாரன் இச் சிறுவயதில் துறவு கொள்ள வேண்டியதில்லை; பட்டாபிஷேகம் செய்துகொண்டு சிலகாலம் செங்கோல் செலுத்தி மக்களுக்கு நன்மை செய்தபிறகு துறவு கொள்ளலாம்.

"இதற்கு முன்பும் சில அரசர்கள் துறவுபூண்டு, பிறகு திரும்பி வந்து அரசாண்டிருக்கிறார்கள். முற்காலத்திலே அம்பரீஷ மகாராசன் அரசாட்சியை வெறுத்துக் காட்டுக்குச் சென்றார். பிறகு, அவருடைய அமைச்சர் நாட்டு மக்கள் முதலியோரின் வேண்டுகோளுக்கு இணங்கித் திரும்பிச் சென்று அரசாட்சியை நடாத்தினார். மனிதரின் கொடுஞ் செயல்களை வெறுத்த இராமராசன் என்னும் அரசர் காட்டுக்குச் சென்று வாழ்ந்திருந்தார். பிறகு திரும்பிவந்து அரசாட்சியை நடாத்தினார். வைசாலி நாட்டுத் துரூமராசனும் துறவு பூண்டு, பிறகு திரும்பிவந்து அரசாட்சியை ஏற்றுக்கொண்டு மக்களுக்கு நன்மை செய்தார். துறவு பூண்டு காட்டுக்குச் சென்ற ரிஷி ராச சக்கரவர்த்தி என்பவரும், இருக்கு தேவராசரும், தர்மாசய ராசனும் திரும்பிவந்து சிம்மாசனத்தில் அமர்ந்து செங்கோல் செலுத்தி அரசாண்டார்கள்.

"குமாரனாகிய தாங்கள் இச் சிறு வயதில் துறவு கொள்வது தகாது. அருள் கூர்ந்து திரும்பிவந்து அரசாட்சியை ஏற்றுக்கொண்டு செங்கோல் நடத்திச் சில காலஞ் சென்ற பிறகு துறவு கொள்ளுங்கள்" என்று கூறி அமைச்சர்கள் அவரை வேண்டினார்கள்.

அமைச்சர்கள் கூறியதைக் கேட்ட போதிசத்துவர் அவர்களுக்கு இவ்வாறு கூறினார்: "அறிவுசான்ற அமைச்சர்களே! நீங்கள் கூறியது உண்மையே. எனது தந்தை என்னை எவ்வாறு நேசிக்கிறார் என்பதும் என் பிரிவு அவருக்கு எவ்வளவு துன் பத்தைத் தரும் என்பதும் எனக்கு நன்றாகத் தெரியும். ஆனால், நான் துறவு பூண்டது, நானும் மற்றவர்களும்

சாந்தி நிலையை யடையும் வழியைக் கண்டுபிடித்தற்கே யாகும். அந்த வழியைக் கண்டறியாமல் நான் திரும்பி வரமாட்டேன். எனக்கு அரசப் பதவி வேண்டியதில்லை.

“நீங்கள் கூறிய, துறவு பூண்டு பிறகு மீண்டும் போய் அரசாட்சி செலுத்திய அரசர்கள், மன உறுதியற்றவர்கள். அவர்களை உதாரணமாக நான் ஏற்றுக் கொள்ளமாட்டேன்.

போதி ஞானத்தை அடைந்தாலன்றி நான் திரும்பி வர மாட்டேன். போதிஞானம் பெறாவிட்டால் தீச்சுடரில் புகு வேனேயன்றித் திரும்பி வந்து அரசாள மாட்டேன். இது உறுதி” என்று கூறினார்.

இதைக்கேட்ட அமைச்சர்கள் பெரிதும் வருந்தினார்கள். இவருடைய உறுதியைக் கண்டு அவர்கள் கபிலவத்து நகரத்துக்குத் திரும்பிப் போய்விட்டார்கள்.

பிறகு, போதிசத்துவர், முன்பு கூறியபடி ஆளார காலாமருடைய ஆசிரமத்தில் தங்கி யோகமுறையை அப்பியாசம் செய்தார். பிறகு, அது சாந்தி நிலையைத் தராது என்று அறிந்து அவ்வாசிரமத்தை விட்டு வெளியேறினார்.

உருவேல கிராமம் சென்றது

உத்ரக ஆசிரமத்தை விட்டு நீங்கிய கௌதம முனிவர், உருவேல என்னும் கிராமத்தை யடைந்தார். அந்தக் கிராமத்தின் அருகிலே தங்கித் தபசு செய்யக் கருதி அதற்குத் தகுந்த இடம் ஒன்றைத் தேடினார். தேடின போது இயற்கைக் காட்சி மிகுந்த ஒரு வனத்தைக் கண்டார். இவ்வனத்தின் வழியே நேரஞ்சர நதி என்னும் ஆறு ஓடிக்கொண்டிருந்தது. இது கங்கை யாற்றின் தென்புறத்தில் இருந்த கங்கையின் ஒரு உபநதி. அழகான காட்சியுடைய நேரஞ்சரநதி குளிர்ந்து தெளிந்த நீருள்ளது. இதன் கரையில் மரம் செடி கொடிகள் நிறைந்த சோலை யொன்று இருந்தது.

இந்த இடம் யோகிகள் தங்கி, தபசு செய்வதற்குத் தகுந்த இடம் என்று கௌதம முனிவர் அறிந்தார். இந்த வனத்துக்குச் சற்றுத் தூரத்திலே ஒரு கிராமம் இருந்தது. கௌதம முனிவர் இந்த வனத்தில் தங்கித் தபசு செய்து கொண்டிருந்தார். இவர்

தனியே தவம் செய்துகொண்டிருந்த போது ஐந்து துறவிகள் இவரிடம் வந்தார்கள். அத் துறவிகளின் பெயர்கள் கொண்டஞ் ஞர், வப்பர், பத்தியர், மஹாநாமர், அஸ்ஸஜி என்பன. இவர்களில் கொண்டஞ்ஞர் என்பவர், முன்பு சித்தார்த்த குமரனின் ஜாத கத்தைக் கணித்த நிமித்திகரில் ஒருவர். மற்ற நால்வரும் ஜாதகம் கணித்த மற்ற நிமித்திகரின் புத்திரர்கள். இந்த ஐந்து துறவிகளும் கௌதம முனிவரிடம் சீடராக இருக்க விரும்பி இவ்விடம் வந்தவர்கள். பல இடங்களில் சுற்றித்திரிந்த இந்தத் துறவிகள் கடைசியாகக் கௌதம முனிவர் தங்கியிருந்த வனத்தை யடைந்து இவரிடம் தங்கிச் சீடராக அமர்ந்து இவருக்குப் பணிவிடை செய்துகொண்டிருந்தார்கள்.

கௌதமரின் மைத்ரிபாவனை

நேரஞ்சர ஆற்றங்கரையில் தங்கிய கௌதம முனிவர் மைத்ரீ தியானம் செய்துகொண்டு காலங்கழித்தார். அப்போது, பிராமணர்களும் சிரமணர்களும் காடுகளில் தனித்து வசிக்கும் போது அச்சமும் நடுக்கமும் ஏற்படுகின்றன என்று கூறுகிறார்களே, அதன் காரணம் என்ன என்பதை இவர் ஆராய்ந்து பார்த்தார். ஆராய்ந்த போது இவருக்கு உண்மை புலப்பட்டது. மனம் வாக்குக் காயங்களில் குற்றம் இருப்பதனாலே இவ்வாறு அச்சமும் நடுக்கமும் ஏற்படுகின்றன என்பதை அறிந்தார்.

தம்மிடம் மனம் வாக்குக் காயங்களில் குற்றம் உள்ளனவா என்று சிந்தித்துப் பார்த்துத் தம்மிடம் குற்றம் இல்லை என்றும் குற்றத்திற்கு மாறாகக் குணங்களே உள்ளன என்றும் கண்டார். அதாவது தம்மிடத் திலே மனம் வாக்குக் காயங்களில் குற்றம் இல்லாததோடு அச்சமின்மை, தைரியமுடைமை, தன்னைப் பிறரைவிட உயர்ந்தவர் என்றும் பிறரைத் தாழ்ந்தவர் என்றும் கருதாமை, அன்புடைமை (மைத்ரீ) என்னும் நற்குணங்கள் தம்மிடம் இருப்பதைக் கண்டார்.

பிறகு, அட்டமி, பாட்டியம், பௌர்ணமி முதலிய நாட்களிலே இரவுக் காலத்தில் ஆராம சயித்தியம், வனசயித்தியம், விருக்ஷ சயித்தியம் என்னும் மூன்று வகையான இடங்களில் தனித்து இருந்தால் அச்சம் உண்டாகும் என்று கூறுகிறார்களே,

அதன் காரணம் என்ன என்பதை ஆராயவேண்டும் என்று எண்ணங்கொண்டார். ஆகவே, அந் நாட்களில் இரவு வேளையில் அவ்விடங்களுக்குத் தனியே சென்று தங்கினார். அப்படித் தங்கியபோது நள்ளிரவிலே அவ்விடத்தில் ஒரு மான் வந்தது. பின்னர் ஒரு பறவை வந்தது. பின்னர் காய்ந்து உலர்ந்து இற்றுப் போன மரக்கிளையொன்று மரத்திலிருந்து ஒடிந்து விழுந்தது. பின்னர் இலைகள் சலசலவென்னும் ஓசையுடன் அசைந்தன.

இவைகளை அனுபவ வாயிலாகக் கண்ட கௌதம முனிவர், இரவு வேளைகளிலே இந்த இடங்களிலே அச்சத்தை உண்டாக்குகிற காரணங்கள் இவைதாம் என்பதை அறிந்து இவ்விதமான காரணங்களினால் ஏற்படும் அச்சத்திற்கு இடந்தரக் கூடாது என்று நினைத்து அவ்விடத்திலேயே தங்கியிருந்தார். எவ்விதமான காரணங்களினாலும் காடுகளில் அச்சம் ஏற்படுங்காலங்களில் அஞ்சாமல் இருப்பதற்குப் பழகிக்கொண்டார். இந்தக் காரணங்களை அறியாமல் மற்றவர் யாரேனும் அச்சங் கொண்டால் அவர்களுக்கு இக் காரணங்களை யறிவித்து அவர்க ளுடைய அச்சத்தை நீக்கினார்.

கௌதம முனிவர் தூரத்திலுள்ள கிராமத்திற் சென்று உணவைப் பிச்சை ஏற்று உண்பது வழக்கம். சில காலம் சென்ற பின்னர் இவ்வாறு உணவு கொள்வதை நிறுத்திக் காட்டில் சென்று அங்குள்ள பழங்களைப் பறித்து உண்ணப் பழகினார். இவ்வாறு சில காலஞ் சென்றது. பிறகு மரத்திலிருந்து கனிகளைப் பறிப்பதை நிறுத்தித் தாமாகவே மரத்திலிருந்து பழுத்து உதிர்ந்து விழுகிற பழங்களைமட்டும் எடுத்துச் சாப்பிட்டுவந்தார். சிலகாலஞ் சென்ற பின்னர், உதிர்ந்த பழங்களைக் காட்டிலே சென்று எடுப்பதையும் நிறுத்தித் தாம் இருக்கும் இடத்திலே மரங்களிலிருந்து விழும் பழங்களை மட்டும் சாப்பிட்டுவந்தார்.

கிலேசங்களை வெல்லுதல்

இவ்வாறு உணவைக் குறைத்துக்கொண்ட கௌதம முனிவர், தமது மனத்தில் உள்ள கிலேசங்களை (குற்றங்களை) வெல்வதற்காக, அக்காலத்துத் துறவிகள் செய்துவந்த

வழக்கப்படிக் கடினத் தபசுகளைச் செய்யத் தொடங்கினார். பற்களை இறுகக் கடித்துக் கொண்டு வாயை மூடிக் கொண்டு வாயின் அண்ணத்திலே நாவை நிறுத்தித் தீய எண்ணங்களை அகற்றி நல்ல எண்ணங்களை மனத்தில் நிறுத்திக் கடுமையான தபசு செய்தார். அப்போது அவருடைய உடம்பில் வலி ஏற்பட்டது. பலமுள்ள ஒரு ஆள் பலமில்லாத ஒருவனைப் பிடித்துக் குலுக்கி ஆட்டுவது போல் இவருடைய உடம்பில் வலி உண்டாயிற்று. அக்குளில் (கைக் குழிகளில்) வியர்வை ஒழுகிற்று. ஆனாலும் கௌதம முனிவர் தமது முயற்சியை விடவில்லை.

அப்பிரணத் தியானம்

பின்னர் அப்பிரணத்தியானம் செய்யத் தொடங்கினார். அதாவது மூச்சையடக்கும் பயிற்சி செய்யத் தொடங்கினார். மூக்கையும் வாயையும் இறுக மூடிக் கொண்டு மூச்சை அடைத்து இந்தத் தியானத்தைச் செய்தார். அப்போது, தோல் துருத்தியிலிருந்து காற்று புஸ்ஸென்ற ஒலி யுடன் வெளிப்படுவதுபோன்று, இவருடைய காதுகளின் வழியாக மூச்சு வெளிவந்தது. தலையின் உச்சியில், தச்சன் துரப்பணத்தால் (துளைப் பாணத்தால்) துளைப்பதுபோன்று, பெரிய வலி ஏற்பட்டது. இவ்விதம் வலி ஏற்பட்டபோதும் இவர் விடாமல் இந்த மூச்சுப் பயிற்சியைச் செய்துவந்தார். காதுகள் வழியாக மூச்சு வெளி வருவதையும் தடுத்து இந்தத் தியானத்தைச் செய்தார். அப்போது கண்களின் வழியாக மூச்சு வெளிப்பட்டது. அப்போது விடாமல் கண்களை இறுக மூடிக்கொண்டு அப்பிரணத்தியானம் செய்தார். அப்போது பொறுக்க முடியாத வலி தேகத்தில் உண்டாயிற்று. பலமுள்ள ஒரு ஆள் வாரினால் இழுத்துக் கட்டுவது போல இவருடைய தலையில் வலி உண்டாயிற்று.

வாய், மூக்கு, காது, கண் இவைகளின் வழியாக மூச்சு வெளிப் படுவதைத் தடுத்துவிட்டபடியினாலே இவருடைய வயிற்றில் கத்தியால் குத்திக் கீறுவதுபோன்று வலி உண்டாயிற்று. பலசாலிகள் இருவர் வலி வற்ற ஒரு ஆளைப் பிடித்துத் தள்ளி நெருப்புத் தணலில் அழுத்திப் புரட்டினால் எப்படியிருக்குமோ

அதுபோன்று உடம்பு முழுவதும் எரிவது போன்று இருந்தது. இவ்வாறு கொடிய துன்பமும் வலியும் ஏற்பட்ட போதிலும் அப்பிரணத்தியானத்தை விடாமல் செய்து வந்தார். கடைசியாக இவர் மூர்ச்சையடைந்து தரையில் விழுந்தார்.

அப்போது இவரைக்கண்ட தேவர்கள் சிலர், “அர்ஹந்தர்கள் இறந்தவர்களைப் போலவும் அசைவற்றுக் கிடப்பார்கள். இது அர்ஹந்தர் இருக்கும் ஒரு நிலை. கௌதமரும் அர்ஹந்த நிலையை யடைந்து இவ் வண்ணம் இருக்கிறார்” என்று கூறினார்கள். வேறு சில மக்கள் இவர் விழுந்து கிடப்பதைக் கண்டு, இவர் இறந்துபோனார் என்று கருதினார்கள். அவர்கள் சுத்தோதன அரசனிடம் சென்று, “உமது மகன் சித்தார்த்தர் இறந்துவிட்டார்” என்று சொன்னார்கள். “இதைக் கேட்ட அரசன், “என்னுடைய மகன் புத்த நிலையையடைந்த பிறகு இறந்தாரா, அல்லது அந்நிலையை யடையவதற்கு முன்பு இறந்தாரா?” என்று அவர்களை வினவினார். அதற்கு அவர்கள், “புத்த பதவி யடைவதற்கு முன்பே இறந்துவிட்டார்” என்று விடையளித்தார்கள். அதற்கு அரசன், “என் மகன் புத்தபதவி அடைவதற்கு முன்பு இறக்கமாட்டார். நீங்கள் சொல்வது தவறு” என்று கூறி அவர்கள் சொன்னதை நம்பவில்லை.

மூர்ச்சையடைந்து தரையில் விழுந்த கௌதம முனிவர் நெடுநேரம் சென்ற பிறகு மூர்ச்சை தெளிந்து எழுந்தார். பிறகு “இனி உணவு கொள்ளாமல் பட்டினி நோன்பு நோற்பேன்” என்று தமக்குள் தீர்மானம் செய்துகொண்டார். இவருடைய எண்ணத்தை யறிந்த தேவர்கள் இவரிடம் வந்து, “போதிசத்துவரே! தாங்கள் உணவு கொள்ளாமல் உண்ணாநோன்பு நோற்பீரானால், தங்கள் உடம்பிலுள்ள மயிர்க் கால்கள் வழியாக உணவுச் சத்தினைத் தங்களுடைய உடம்பில் செலுத்துவோம்” என்று கூறினார்கள்.

இதைக்கேட்ட கௌதமர், “நான் உணவு கொள்வதை அடியோடு நிறுத்திவிட்டால், இவர்கள் மயிர்க் கால்களின் வழியாக ஆகாரத்தை உடம்பில் செலுத்துவார்கள். அதனால் நான் உணவை உட்கொண்டவன் ஆவேன். இவர்கள் அவ்விதம் செய்யாதபடி நானே சிறிதளவு உணவை உட்கொள்வது நலம்” என்று தமக்குள் கருதினார். இவ்வாறு கருதின கௌதம முனிவர் கொள்ளு, கடலை, பயறு முதலியவற்றை வேக

வைத்து நீரை மட்டும் உட்கொள்வது நல்லது என்று கருதி அதன்படியே பயறுகளை வேகவைத்த நீரை மட்டும் சிறிதளவு உட்கொண்டார்.

உடல் வற்றிப்போதல்

இவ்வாறு அற்ப உணவாகிய பயற்றுநீரை மட்டும் உட்கொண்டு வேறு எவ்வித உணவையும் உண்ணாத படியினாலே, நாளடைவில் கௌதம முனிவருடைய உடம்பு இளைத்துவிட்டது. அவருடைய புட்டங்களில் சதை சுருங்கிக் குழிவிழுந்தன. முதுகெலும்பு முடிச்சு போடப்பட்ட கயிறுபோலத் தெரிந்தது. விலா எலும்புகள், எண்ணக் கூடியபடி, வெளியே தெரிந்தன. நெற்றியிலும் முகத்திலும் உள்ள தோல், வெயிலில் காய்ந்த கத்தரிக்காயின் தோல் போலச் சுருங்கிவிட்டது. வயிறு ஒட்டிப் போயிற்று. கண்கள் குழிவிழுந்து விட்டன, உட்காரும் போதும் தலைகுனிந்தது. கையினால் தலையைத் தடவினால் தலை மயிர் உதிர்ந்தது. உடம்பைத் தடவினால் உடம்பில் உள்ள மயிர்கள் உதிர்ந்தன. இந்த நிறம் என்று தெரிந்து கொள்ள முடியாதபடி உடம்பின் நிறம் மாறிவிட்டது. உடம்பு கருநிறமா நீலநிறமா மண்நிறமா என்று சொல்ல முடியாதபடி நிறம் மாறிப் போயிற்று. இவருடைய உண்ணா நோன்பு இவரை இவ்வாறு செய்து விட்டது. உடம்பில் இவ்வளவு துன்பம் ஏற்பட்ட போதிலும் இவருடைய மன உறுதி மட்டும் மாறவில்லை

மயங்கி விழுதல்

உண்ணா நோன்பினாலே உடல் வற்றிப்போன கௌதம முனிவர் ஒரு சமயம் மலம் கழிக்க உட்கார்ந்தார். வயிறுவற்றிக் குடல் ஒட்டிப் போனபடியினாலே மலத்துவாரம் அடைபட்டு அதில் அதிக வலி உண்டாயிற்று. அந்த வலி பொறுக்கமுடியாமல் கௌதம முனிவர் மயக்க மடைந்து கீழே விழுந்துவிட்டார். இந்த நிலையில் இவரைக்கண்ட ஓர் ஆள் இவர் இறந்துவிட்டார் என்று கருதி, இவருடைய தந்தையான சுத்தோதன அரசனிடம் சென்று, "உமது மகன்

இறந்துவிட்டார்" என்று கூறினான். அரசன், "புத்த ஞானம் பெற்ற பிறகு இறந்தாரா, பெறாத முன்பு இறந்தாரா?" என்றுகேட்டார். "புத்த ஞானம் பெறுவதற்கு முன்பே இறந்துவிட்டார்" என்று அவன் கூறினான். "போ, போ, என் மகன் புத்த ஞானம் பெறுவதற்கு முன்பு இறக்கமாட்டார்" என்று சொல்லி அனுப்பிவிட்டார்.

மயக்கமடைந்து கீழே விழுந்த கௌதம முனிவர் நெடுநேரஞ் சென்று மயக்கந் தெளிந்து எழுந்து தமது ஆசிரமம் சென்றார். இந்த நிலையிலும் கௌதம முனிவர் மீண்டும் அப்பிரணத் தியானம் செய்யத் தொடங்கினார். மூக்கையும் வாயையும் மூடி மூச்சையடக்கினார். அப்போது மூச்சு காதின் வழியாக வெளிப்பட்டது. காதுகளையும் கைகளினாலே அடைத்துக் கொண்டார். அதனால் சுவாசம் தலையை முட்டிற்று. தலையில் வலி உண்டாயிற்று. மூச்சு தலைக்கு மேலே போக முடியாமல் கீழிறங்கி வயிற்றைத் துளைத்தது. அப்போது, கூரிய கத்தி கொண்டு வயிற்றைக் குத்துவது போன்று பெருத்தவலி உண்டாயிற்று. இவ்வாறு கௌதம முனிவர் அடிக்கடி அப்பிரணத்தியானத்தைச் செய்து கொண்டிருந்தார். இதனால் கடுமையான வலியும் துன்பமும் இவர் உடம்பில் ஏற்பட்டன. ஆனாலும் விடாமல் உறுதியோடு செய்துவந்தார். ஆனால், இவருடைய மனம் ஒரு நிலைப்பட்டு உறுதியாக இருந்தது. இவ்வாறு உடம்பை அடக்கிக் கட்டுப்படுத்திய படியினாலே இவருடைய மனமும் கட்டுக்கடங்கி நன்னிலையில் உறுதியாக இருந்தது.

மாரன் உபதேசம்

நிர்வாண மோக்ஷம் என்னும் வீடுபேற்றினை அடைவதற்காக உடம்பையும் உயிரையும் பொருட்படுத்தாமல் அப்பிரணத் தியானத்தை மும்முரமாகச் செய்துவந்தார் கௌதம முனிவர். இவருடைய விடா முயற்சியைக் கண்ட வசவர்த்தி மாரன்[2] தனக்குள் இவ்வாறு எண்ணினான். "இந்தச் சித்தார்த்தருடைய முயற்சி மிகப் பெரிது. இவர் செய்கிற கடுமையான தியானமும் தவமும் மிகப் பெரியன. ஆகையினாலே ஒருநாள் இவர் புத்த பதவியடைவது உறுதி. இவர் புத்தராவதைத் தடுக்கவேண்டும்.

ஆகையினாலே இப்பொழுதே இவரிடம் சென்று சில யோசனைகளைக் கூறி இவர் மனத்தைக் கலைத்து இவருடைய கடுமையான தவத்தை நிறுத்துவேன்."

இவ்வாறு தனக்குள் எண்ணிக்கொண்ட வசவர்த்தி மாரன், கௌதம முனிவரிடம் வந்தான். வந்து இவ்வாறு கூறினான், "அன்பரே! தங்கள் உடல் பெரிதும் மெலிந்து விட்டது. உடலின் நிறமும் மாறி விட்டது. மரணம் உம்மை நெருங்கியிருக்கிறது. நீர் செய்யும் அப்பிரணத்தியானம் முதலிய தபசுகள் உம்முடைய மரணத்திற்குக் காரணமாக இருக்கின்றன. நீர் ஏன் இறக்கவேண்டும்? இறப்பதைவிட உயிர்வாழ்வது எவ்வளவோ மேன்மையானது. உயிருடன் இருந்தால் நல்ல புண்ணிய காரியங்களைச் செய்யலாம். பிரமசரியனாகவும் இருக்கலாம். அக்கினி பூசையும் செய்யலாம். அக்கினி பூசை செய்தால் உம்முடைய புண்ணிய காரியங்கள் அதிக பலனையடையும். கடுமையாகத் தியானம் செய்வது தக்க பலன் அளிக்காது என்று உமக்கே இப்போது ஐயமுண்டாகிறது. இதற்கு முன்பு, போதி சத்துவர்கள் புத்த பதவியடையச் சென்ற மார்க்கங்கள் எல்லாம் மிகவும் கடினமாக இருந்தன. நீர் ஏன் வீணாக முயற்சி செய்கிறீர்? இந்தக் கடுமையான முயற்சிகள் உமக்கு மரணத்தைத்தான் கொடுக்கும். இதை நீர் விட்டுவிடும்" என்று கூறி போலியான அன்பைக் காட்டி இனிமையாகப் பேசினார்.

வசவர்த்தி மாரனுடைய பொய்யன்பையும் போலிப் பேச்சையும் கேட்ட கௌதமமுனிவர் அவனிடம் வெறுப்புக்கொண்டார். அவனைப் பார்த்து இவ்வாறு கூறினார் "மனவுறுதியற்ற சோம்பேறிகளை வசப் படுத்தும் மாரனே! என்னுடைய இந்த முயற்சியைக் கெடுத்து அழிப்பது உனக்கு ஊதியம் தரும் என்று எண்ணி இங்கு வந்து இந்த வார்த்தைகளைக் கூறினாய். நீர் புகழ்ந்து பேசுகிற அக்கினி பூசை முதலியவைகளில் பலன் ஒன்றும் இல்லை என்பது எனக்குத் தெரியும். அவை யாருக்குப் பயன்படுமோ அவர்களிடம் அதைக் கூறு.

"முயற்சி, ஊக்கம், அறிவுடைமை, முதலான பஞ்ச இந்திரியங்கள் (ஐந்து குணங்கள்) என் மனத்தில் உள்ளன. இந்த நல்ல குணங்கள் நிறையப் பெற்று மிகவும் முயற்சியுடன் இருக்கிற என் மனத்தை நிர்வாண மோக்ஷம் அடைவதற்காக

அர்ப்பணம் செய்து இருக்கிற படியினாலே, உலகில் வாழ வேண்டியதைப் பற்றிய கவலை எனக்கில்லை."

"நான் அப்பிரணத் தியானங்களைச் செய்ததனாலே ஏற்பட்ட வாயுவானது ஆறுகளின் நீரையும் வற்றச் செய்யக்கூடியது. அப்படிப்பட்ட வாயு என் உடம்பிலுள்ள இரத்தத்தை வற்றச் செய்யாமல் இருக்குமா? இரத்தம் வற்றினால் பித்தமும் சிலேத்துமமும் சதையும் வற்றிப்போகும். அப்போது மனமானது மிக்க ஒளியுடன் இருக்கும். மனமும், அறிவும், தியானமும் (சமாதியும்) மிக உறுதியாக அசையாமல் நிற்கும். என் மன உறுதியை யறியாமல் நீ என் உடம்பை மட்டும் பார்த்து விட்டு, தேகம் மெலிந்து போயிற்று என்கிறாய். உறுதியோடும் முயற்சி யுடனும் பாவனா தியானத்தோடு இருக்கிற என்னுடைய மனோ முயற்சியைக் கலைக்க உன்னால் முடியாது. உடல் மெலிந்தபோதிலும் என் முயற்சியை விட்டுத் திரும்பிப்போய் அரசபோகங்களையும் இன்ப சுகங்களையும் அனுபவிக்க என்மனம் விரும்பாது.

"ஓ, மாரனே! உன்னை நான் நன்கு அறிவேன். உன்னிடம் பலமுள்ள பத்துவிதமான சேனைகள் உள்ளன. காமம் என்பது உன்னுடைய முதல் படையாகும். குணதர்மங்களில் (நல்ல குணங்களில்) வெறுப்புடைமை உன்னுடைய இரண்டாவது சேனை. பசியும் தாகமும் உன்னுடைய மூன்றாம்படை. உணவு முதலியவற்றை அடைய முயற்சி செய்வது உனது நான்காவது படை. மன உறுதி யில்லாமை என்பது உன்னுடைய ஐந்தாம் படை. அச்சமுடைமை என்பது உன்னுடைய ஆறாவது சேனை யாகும். நன்மை தீமைகளைப் பகுத்துணர முடியாமல் ஐயப் படுவது உனது ஏழாவது படையாகும். பிறருடைய நற்குணங்களை மறைப்பதும் நல்லுபதேசங்களை மதியா திருப்பதும் உன்னுடைய எட்டாவது படை. பொருள் ஆசையும் மானம் (கர்வம்) உடைமையும் உன்னுடைய ஒன்பதாவது சேனை. தன்னைப் பெரிதாக மதித்து மற்றவரை அவமதிப்பது உன்னுடைய பத்தாவது சேனை. ஓ, மாரனே! இந்தப் பத்துப் பாவகாரியங்களும் உன்னுடைய பலமான சேனைகள் ஆகும். உன்னுடைய இந்தப் பத்துச் சேனைகளைக் கொண்டு நீ பிராமணர்களுக்கும் சிரமணர்களுக்கும் துன்பத்தை உண்டாக்குகிறாய்."

உறுதியற்ற பலவீனமான மனத்தை உடையவர்கள் இந்தச் சேனைகளினாலே உனக்குத் தோல்வி அடைகிறார்கள். உறுதியான பலமுள்ள மனத்தை யுடையவர்கள் உன்னை வெற்றி கொள்கிறார்கள். இந்த வெற்றியினாலே தான் ஏகாந்த சுகம் கிடைக்கும். நான் வெற்றிபெறாமல் திரும்புவேன் என்று நினைக்காதே, இந்தக் கிலேச[3] யுத்தத்திலே நான் தோல்வியடைவேனானால் எனக்கு அவமானம் ஏற்படும். தோல்வி யடைந்து உயிர் வாழ்ந்திருப்பதைக் காட்டிலும் போர்க்களத்திலே இறந்துபடுவது மேலானது. சில சிரமணர்கள் இவ்விதக் கிலேச சேனைகளின் போராட்டத்தில் மன வுறுதியுடன் இராமல் மனச்சோர்வு அடைகிறபடியினாலே அவர்கள் தோல்வியடைகிறார்கள்.

இவ்வாறு கௌதம முனிவர் வசவர்த்தி மாரனிடம் கூறினார். இதைக்கேட்ட மாரன், "இவரை நம்மால் வெல்லமுடியாது" என்று தனக்குள்ளே கூறிக் கொண்டு போய்விட்டான்.

ஆனாபான ஸ்மிருதித் தியானம்

கௌதம முனிவர் மேலும் மேலும் கடுமையாகத் தவம் செய்தார்; நெடுங்காலம் செய்தார். அப்போது இவருக்கு இவ்வித எண்ணம் உண்டாயிற்று: "உலகத்திலே கடுமையான தபசு செய்கிறவர்களைவிட அதிகக் கடுமையாக நான் தவம் செய்கிறேன். அந்தத் தபசிகள் எனக்குச் சமானமானவர் அல்லர். என்னைவிடக் கடுந்தபசு செய்கிறவர் ஒருவரும் இலர். இவ்வாறு கடுந்தவம் செய்தும் நான் புத்த நிலையை அடையவில்லை. ஆகையால் இந்த முறையும் புத்த ஞானத்தை யடைவதற்கு வழியல்ல."

இவ்வாறு கௌதம முனிவருக்கு எண்ணம் உண்டாயிற்று. அப்போது, சென்ற காலத்தைப் பற்றிச் சிந்தித்தார். தாம் சிறுவராக இருந்த காலத்தில், வப்பமங்கல விழாவில் தமது தந்தையார் நிலத்தை உழுதுகொண்டிருந்தபோது, தாம் செய்த ஆனா பானஸ்மிருதி தியானந்தான் புத்த பதவி அடைவதற்கு உதவியாக இருக்கும் என்றும் அந்தத் தியானத்தைச் செய்ய வேண்டும் என்றும் நினைத்தார். ஆனால், உடம்பு வற்றி ஒடுங்கிப் போன நிலையில் அந்த ஆனாபானஸ்மிருதி தியானத்தைச் செய்வது முடியாது. ஆகையினாலே உடம்புக்குச்

சிறிது வலிவு கொடுத்து அதைத் தேற்றின பிறகு அந்தத் தியானத்தைச் செய்ய வேண்டும் என்று தமக்குள் எண்ணினார்.

இவ்வாறு எண்ணிய கௌதமமுனிவர், தமது பிச்சைப் பாத்திரத்தைத் தேடி எடுத்துக்கொண்டு, பிச்சை ஏற்பதற்காக உருவேல கிராமத்திற்குச் சென்றார். வாடி வற்றிப்போன இவரைக்கண்ட அக் கிராமத்தார் தமக்குள் இவ்வாறு நினைத்தார்கள். "முன்பு இந்த முனிவர் நமது கிராமத்தில் பிச்சைக்கு வந்தார். பிறகு பிச்சைக்கு வராமல் நின்று விட்டார். இவர் வராத படியால் இவர் ஆசிரமத்துக்கு உணவு கொண்டு போய்க் கொடுத்தபோது, உணவு வேண்டாம் என்று மறுத்துவிட்டுக் காய்கனிகளை மட்டும் உணவாகக் கொண்டு தவம் செய்தார். இப்போது இவர் பிச்சைக்கு வருகிறார். இவர் எண்ணியிருந்த காரியம் கைகூடி விட்டது போலும், ஆகையினாலே இவருக்கு நல்ல உணவைக் கொடுக்கவேண்டும்." இவ்வாறு நினைத்த அந்தக் கிராமத்தார் இவருக்கு நல்ல உணவைக் கொடுத்தார்கள்.

போதிசத்துவராகிய கௌதம முனிவர் கிராமத்தில் சென்று பிச்சை ஏற்று உணவு கொள்வதைக் கண்டு, இவருடன் இருந்து இவருக்குத் தொண்டு செய்துவந்த ஐந்து தொண்டர்களான தாபசர்களும் இவர்மீது நம்பிக்கை இழந்துவிட்டார்கள். "இவர் உடம்புக்குச் சுகம் தருகிறார். ஆகையால் இவர் அடையக் கருதியிருக்கும் நிலையை இவர் அடைய முடியாது. நாம் இனி இவரிடம் இருக்கவேண்டியதில்லை" என்று அவர்கள் தமக்குள் பேசிக்கொண்டு இவரைவிட்டுப் போய்விட்டார்கள். போன இவர்கள் நெடுந்தூரத்தில் உள்ள வாரணாசி (காசி)க்கு அருகில் இருந்த இசிபதனம் என்னும் இடத்தில் தங்கினார்கள்.

உடல் நலம் அடைகிறவரையில் கௌதம முனிவர் தியானம் முதலியவை ஒன்றும் செய்யாமல் வாளா இருந்தார். உடம்பில் போதிய அளவு வலிவு ஏற்பட்ட பிறகு, ஆனாபான ஸ்மிருதி தியானத்தைச் செய்யத் தொடங்கினார்.

மனத்தைப் பண்படுத்தல்

அப்போது போதிசத்துவருக்கு நைஷ்கிர்ம்யம் முதலான குசல (நல்ல) எண்ணங்கள் அவருடைய மனத்தில் ஆற்றிலே நீரோடுவது போல ஓடின. முன்பு மிகவும் வற்றிப்போயிருந்த

தமது உடம்பு இப்போது நன்னிலையடைந்திருக்கிறது என்று நினைத்தார். உடனே, இவ்வாறு உடம்பைப்பற்றி நினைப்பது தவறு! இப்படி எண்ணுவது கூடாது என்று தீர்மானித்தார். ஆசிரமத்தின் எதிரிலே மான், பசு, முயல் முதலியவை வருவதைக் கண்டார். மரங்களில் மயில் குயில் கிளி முதலிய பறவைகள் அமர்ந்து கூவுவதைக் கேட்டார். அருகில் உள்ள குளம் குட்டைகளில் தாமரை அல்லி முதலிய மலர்கள் அலர்ந்திருக்கும் இனிய காட்சியையும் எதிரில் ஓடிக்கொண்டிருக்கும் நேரஞ்சர ஆற்றின் தூய நீரோட்டத்தின் அழகிய இயற்கைக் காட்சியையும் கண்டார். இவையெல்லாம் அழகிய காட்சிகள் என்று அவர் மனத்தில் நினைத்தார். அப்போது, இவ்வாறு நினைப்பதுங்கூட நல்லதன்று; இப்படிப்பட்ட எண்ணங்களையும் அடக்கவேண்டும் என்று அவர் தமக்குள் எண்ணிக் கொண்டார். அதிக வெயில், அதிகக் குளிர் முதலிய தட்பவெப்ப நிலைகளைப்பற்றியும் மனத்தில் விருப்பு வெறுப்புக் கொள்ளக்கூடாது என்றும் அத்தகைய எண்ணங்களையும் தடுக்க வேண்டும் என்றும் தம்முள் கருதினார்.

தமது ஆசிரமத்தைச் சூழ்ந்துள்ள காடுகளில் புலி, மான், பன்றி முதலான மிருகங்களுக்குத் துன்பம் உண்டாவதைக் கண்டார். பிச்சைக் காகக் கிராமத்தில் போகும்போது வேலையில்லாமல் கஷ்டப்படுகிற மக்களைக் கண்டார். சிலர் மற்றவர்களுக்குத் துன்பம் உண்டாக்குகிற கொடுமைக் காட்சியையுங் கண்டார். இவைகளைக் கண்டபோது இவருக்கு மனத்திலே வருத்தம் உண்டாயிற்று. அப்போது இவ்வாறு நினைப்பதுங்கூட தவறு: இப்படி நினைப்பதினாலே மனம் சிதறுகிறது என்ற எண்ணம் அவருக்கு உண்டாயிற்று.

மனத்திலே ஏற்படுகிற எண்ணங்களையெல்லாம் நல்லவை என்றும் தீயவை என்றும் இரண்டுவிதமாகப் பகுத்துப் பார்த்தார். தமது உள்ளத்திலே தோன்றுகிற நல்ல எண்ணங்கள் தமக்கும் பிறருக்கும் நன்மை பயக்கும் என்று நினைத்தார். இந்த நல்ல எண்ணங்களினாலே புத்த பதவியும் கிடைக்கும் என்று அவர் கருதினார். இவ்வாறு இரண்டு விதமான எண்ணங்களைப் பற்றி விழிப்புடனும் ஊக்கத்தோடும் இரவும் பகலும் எண்ணிக் கொண்டே மனத்திற்கு அதிக

வேலை கொடுத்துக் கொண்டிருந்த படியினாலே அவர் மூர்ச்சையடைந்து கீழே விழுந்தார்.

மனதுக்கு அமைதி ஏற்படாதபோது உடலுக்கும் அமைதி ஏற்படாது. ஆகையினாலே, மனத்திற்கு ஏற்பட்ட துன்பங்களைப் போக்க, தியானத்தில் அமர்ந்து அமைதியை உண்டாக்கினார். தம்மையும் மீறித் தீய எண்ணங்கள் வந்தால் உடனே அவைகளை நீக்கி நல்ல எண்ணங்களையே நினைத்தார். இவ்வாறு மனத்தை ஒரு நிலைப்படுத்தி அதனைப் பண்படுத்தக் கடுமையான முயற்சி செய்து கொண்டு ஆறு ஆண்டுகளைக் கழித்தார்.

ஐந்து கனவுகள்

ஒரு வைகாசித் திங்கள் வளர்பிறையின் பதினான்காம் நாள் இரவு போதிசத்துவராகிய கௌதம முனிவர் கண் உறங்கிக் கொண்டிருந்த போது கடைசி யாமத்திலே ஐந்துவிதமான கனவு களைக் கண்டார். அந்தக் கனவுகள் இவை :

இந்தப் பரதகண்டம் பாய்போலவும் இமயமலை (மேரு மலை) தலையணை போலவும் கிடந்தன. இந்தப் பாயிலே கௌதம முனிவர் மல்லாந்து படுத்துக்கொண்டிருப்பது போலவும் அவருடைய வலதுகை மேற்கிலும் இடதுகை கிழக்கிலும் கால்கள் தெற்கிலும் இருப்பது போலவும் கனவு கண்டார். இந்தக் கனவின் கருத்து என்ன வென்றால், போதிசத்துவராகிய கௌதம முனிவர் கட்டாயமாகப் புத்த பதவியை யடைவார் என்பதே.

இவ்வாறு படுத்திருக்கும்போது தம்முடைய நாபியில் (கொப்பூழ்) இருந்து, சிவந்த நிறமுள்ள கம்புச் செடி ஒன்று உயரமாக வானம் வரையில் வளர்ந்து சென்றதுபோலக் கனவு கண்டார். இந்தக் கனவின் பொருள் ஆரிய (உயர்ந்த) அஷ்டாங்க மார்க்கத்தைத் தாமே கண்டறிந்து அதை மக்களுக்குப் போதிக்கப்போகிறார் என்பது.

பின்னர்க் கருமையான தலையும் வெண்மையான உடலும் உள்ள சிறு பூச்சிகள் கூட்டமாக வந்து இவருடைய கால் நகங்களை மொய்த்துக் கொண்டன. பின்னர் அவை

கொஞ்சங் கொஞ்சமாக முழங் கால்வரையிலும் ஏறிவந்து மொய்த்துக் கொண்டன. இந்த மூன்றாவது கனவின் கருத்து என்னவென்றால், இல்லறத்தார் இவரிடம் வந்து இவருடைய உபதேசங்களைக் கேட்டு, இவருக்கு உபாசகத் தொண்டர்கள் ஆவார்கள் என்பதாகும்.

பின்னர், நான்கு திசைகளினின்றும் நான்கு வித நிறமுள்ள பறவைகள் பறந்து வந்து தம்முடைய காலடியில் தங்கித் தம்மை வணங்கியதாகக் கனவு கண்டார். இதன் கருத்து, பிராமணர், க்ஷத்திரியர், வைசியர், சூத்திரர் என்னும் நான்கு சாதி மக்கள் இவரிடம் வந்து உபதேசம் பெற்றுத் துறவு கொள்வார்கள் என்பது.

ஐந்தாவதாக, மலக்குவியலின்மேல் நடந்து சென்றது போலவும் ஆனால், கொஞ்சமும் காலில் மலம் ஒட்டாதது போலவும் கனவு கண்டார். உணவு உடை முதலியவை இவருக்குக் கிடைத்தாலும் அவற்றின்மீது இவருக்குப் பற்றுதல் இருக்காது என்பது இந்தக் கனவின் கருத்தாகும்.

கௌதம முனிவர் இவ்விதம் ஐந்துவிதமான கனவுகளைக் கண்டு இவற்றின் கருத்துக்களைத் தாமே ஆராய்ந்து அறிந்துகொண்டார். தமக்குக் கட்டாயப் புத்த பதவி கிடைக்கும் என்னும் நம்பிக்கை இவருக்கு உண்டாயிற்று. பின்னர், விடியற்காலையில் எழுந்து சென்று காலைக் கடன்களை முடித்துக்கொண்டு அஜபாலன்[4] என்னும் பெயருள்ள ஆலமரத்தண்டை சென்று அம்மரத்தின் அடியில் அமர்ந்தார். அவ்விடத்தில் நெடுநேரம் தங்கியிருந்தார்.

பாயச உணவு

அன்று வைகாசித் திங்கள் வெள்ளுவாநாள் (முழு நிலா நாள்) அருகில் உள்ள சேனானி என்னும் கிராமத் தலைவனுடைய மகள் சுஜாதை என்பவள், தான் நேர்ந்து கொண்ட பிரார்த்தனையைச் செலுத்த வேண்டிய நாள் அது. சுஜாதை மணப்பருவம் அடைந்தபோது ஒரு பிரார்த்தனை செய்து கொண்டாள். தனக்குத் தகுந்த கணவன் வாய்த்து மணம் செய்து கொண்டு பிள்ளைப்பேறு உண்டாகி, அப்பிள்ளையும் ஆணாகப் பிறக்குமானால் அஜபால

மரத்தில் அமர்ந்திருக்கும் தெய்வத்திற்குப் பொன் பாத்திரம் நிறையப் பால் பாயசம் வழங்குவதாகப் பிரார்த்தனை செய்து கொண்டாள். அதன்படியே சுஜாதைக்குத் தகுந்த கணவன் வாய்த்துப் பிள்ளைப்பேறும் உண்டாயிற்று. ஆகவே, தனது பிரார்த்தனையை நிறை வேற்றுவதற்காக அவள் அன்று அதி காலையில் எழுந்து பசுக்களைப் பால்கறந்து பாயசம் காய்ச்சினாள். பாயசம் காய்ச்சும் போதே தன் பணிப்பெண் புண்ணியை என்பவளை அழைத்து, அஜபால மரத்தண்டை சென்று அந்த மரத்தடியை அலகிட்டுச் சுத்தம் செய்து வரும்படி அனுப்பினாள். அவ்வாறே அப் பணிப்பெண் ஆலமரத்திற்குச் சென்றபோது அந்த மரத்தின் அடியில் அமர்ந்திருக் கும் கௌதம முனிவரையும் அவர் முகத்தில் காணப்பட்ட தெய்வீக ஒளியையும் கண்டு வியப்படைந்தாள். அஜபால மரத்தில் வசிக்கும் தெய்வம் என்றே அவரை அவள் நினைத்துக் கொண்டாள். உடனே ஓடோடியும் வந்து இந்தச் செய்தியைச் சுஜாதைக்குச் சொன்னாள். சுஜாதை பெரிதும் மகிழ்ச்சியும் வியப்பும் அடைந்தவளாய், தான் சமைத்த பால் பாயசத்தைப் பொன் பாத்திரத்தில் ஊற்றி அதன்மேல் மற்றொரு பாத்திரத்தை மூடி அதைத் தானே தன் தலைமேல் வைத்துக் கொண்டு ஆலமரத்திற்கு வந்தாள். அவளுடன் அவளுடைய பணிப் பெண்ணும் மற்றத் தோழிப் பெண்களும் வந்தார்கள்.

தூரத்திலிருந்து பார்க்கும்போதே, அஜபால ஆலமரத்தடியில் அமர்ந்திருக்கும் போதிசத்துவரைச் சூழ்ந்து ஒருவிதமான தெய்வீக ஒளி காணப்பட்டதைச் சுஜாதை கண்டாள். கண்டு, வியப்புடனும் பக்தி யுடனும் அவரை அணுகி, அவர் முன்பு பாயசப் பாத்திரத்தை வைத்து வணங்கினாள். "சுவாமி! இந்தப் பாயசத்தை இப் பாத்திரத்தோடு தாங்கள் ஏற்றுக்கொண்டருளவேண்டும். அடி யேனுடைய எண்ணம் நிறைவேறியது போன்று தங்களுடைய உள்ளக் கோரிக்கையும் நிறை வேறுவதாக" என்று கூறி அவரை மும்முறை வலம் வந்து வணங்கி வீடு சென்றாள்.

சுஜாதை போன பிறகு கௌதம முனிவர் பாயசப் பாத் திரத்தைக் கையில் எடுத்துக்கொண்டு நேரஞ்சர ஆற்றங்கரைக்குச் சென்றார். சென்று சுப்பிரதிஷ்டை என்னும் பெயருள்ள துறையருகில் ஒரு மாமரத்தின் கீழே பாத்திரத்தை

வைத்துவிட்டுத் துறையில் இறங்கி நீராடிக் கரைக்கு வந்து சீவர ஆடையை அணிந்து கொண்டார். பின்னர் மர நிழலிலே அமர்ந்து பாயசத்தைக் கொஞ்சங் கொஞ்சமாக நாற்பத் தொன்பது சிறு சிறு கவளங்களாக உட்கொண்டார். பிறகு, "நான் புத்த பதவியை யடைவது உறுதியானால், இந்தப் பாத்திரம் நீரோட்டத்திற்கு எதிராகச் செல்லட்டும்" என்று தமக்குள் கருதிக்கொண்டு அந்தப் பாத்திரத்தை ஆற்று நீரிலே வீசி எறிந்தார். நீரிலே விழுந்த அந்தப் பாத்திரம் நீரோட்டத்தை எதிர்த்துச் சிறிது தூரம் சென்று பிறகு கிறுகிறு வென்று சுழன்று நீரில் அமிழ்ந்து விட்டது. இதைக்கண்ட போதிசத்துவர் தமக்குப் புத்த பதவி கிடைப்பது உறுதி என்று அறிந்து கொண்டார்.

பிறகு போதிசத்துவர், அழகுவாய்ந்த புனிதமான பத்திரவனம் என்னும் இடத்திற்குச் சென்றார். அந்த வனத்திலே சால மரங்கள் பசுமையான இலைகளுடனும் நறுமணமுள்ள மலர்களுடனும் இனிய காட்சியளித்தன. இச்சோலைக்குச் சென்ற போதி சத்துவராகிய கௌதம முனிவர், தாம் முன்பு ஆளாரர், உத்ரகர் என்னும் தாபசர்களிடம் கற்ற எட்டு சமாபத்திகளாலும் ஐந்து அபிஞ்ஞை களாலும் ஆறு ஆண்டுக ளாகத் தாம் செய்துவந்த அப்பிரணத்தி யானம் முதலியவைகளினாலும் தமது மனத்தில் ஏற்பட்டிருந்த மலினங்களை யெல்லாம் நீக்கிச் சுத்தப் படுத்திக் கொண்டார். அதாவது, சித்த விசுத்தி (மனத்தைச் சுத்தம்) செய்துகொண்டார்.

* * *

அடிக்குறிப்புகள்

1. பண்டவமலை என்பது வெளிறிய மஞ்சள் நிறமான மலை என்பது பொருள்.
2. மாரன் என்பவன் மனிதரைச் சிற்றின்பத்தில் மனங் கொள்ளச் செய்து பாபங்களைச் செய்யத் தூண்டுபவன்.
3. கிலேசம் — மனக் குற்றம்.
4. அஜபாலன் — ஆட்டிடையன்.

* * *

புத்தராகிப் பௌத்த தர்மம் உபதேசித்தது

போதிமரத்தை அடைதல்

இவ்வாறு கௌதம முனிவர் அன்று பகலில் பத்திரவனத்தில் தங்கிச் சித்த விசுத்தி செய்துகொண்ட பிறகு மாலை நேரமானவுடன் சாலவனத்தை விட்டுப் புறப்பட்டுப் போதிமரம் (அரச மரம்) இருக்கும் இடத்திற்குச் சென்றார். செல்லும் வழியிலே எதிர்ப்பட்ட சுவஸ்திகன் என்னும் பிராமணன் இவருக்கு எட்டுப்பிடி தர்ப்பைப் புல்லைக் கொடுத்தான். தர்ப்பையைப் பெற்றுக்கொண்ட கௌதம முனிவர், போதிமரத்தை யடைந்து அதன் தென்புறத்திலே நின்றார். அப்போது அவ்விடம், தாமரை இலையில் தங்கிய தண்ணீர் உருளுவது போன்று நிலம் அசைந்தது. பிறகு மேற்குப்பக்கம் போனார். அங்கும் நிலம் அசைந்தது. அந்த இடத்தைவிட்டு வடக்குப்பக்கம் போய் நின்றார். அவ்விடத்திலும் நிலம் அசைந்தது. பிறகு கிழக்குப்புறம் வந்தார். அங்கு நிலம் அசைவற்று இருந்தது. இதுவே தகுந்த இடம் என்று கண்டு போதிசத்துவர் தமது கையிலிருந்த தர்ப்பைப் புல்லைத் தரையில் பரப்பிவைத்து அதன்மீது அபராஜித பரியங்கத்தோடு அமர்ந்தார். அதாவது உறுதியான மனத்தடன் அமர்ந்தார். "என்னுடைய உடம்பில் உள்ள தோல், சதை, இரத்தம், நரம்பு, எலும்பு முதலியவை உலர்ந்து வற்றிப் போனாலும் நான் புத்த பதவியை யடையாமல் இந்த இடத்தை விட்டு எழுந்திருக்க மாட்டேன்" என்று உறுதியான எண்ணத்துடன் அரசமரத்தில் முதுகை வைத்துக் கிழக்கு நோக்கி இருந்து பதுமாசனத்தில் (வச்சிராசனம்) அமர்ந்தார்.

மாரன் போர்

கௌதம முனிவராகிய போதிசத்துவர் போதிமரத்தின் கீழ் அமர்ந்து தியானம் செய்துகொண்டிருந்த போது அவரைப் போற்றி வணங்குவதற்காகத் தேவர்களும் பிரமர்களும், ஆற்றில் நீரோடுவது போலக் கூட்டங் கூட்டமாக தேவலோகத்திலிருந்து மண்ணுலகத்திற்கு வந்தார்கள். தேவர்கள் எல்லோரும் இங்குவந்து விட்டபடியால் இதுவே தேவலோகம்போலக் காணப்பட்டது. மாலை வேளையானபடியினாலே சூரியன் மறைந்துவிட்டான். வெள்ளுவாநாள் ஆனபடியினாலே முழு நிலா, பால் போன்ற ஒளியை எங்கும் பரப்பிக் கொண்டு வானத்தில் எழுந்தது. முழுநிலா தோன்றும் இந்தக் காட்சி, போதிசத்துவராகிய கௌதமர் பத்துப் பாரமிதைகளை நிறைவேற்றி முடித்துவிட்டார் என்பதை உலகத் தாருக்குக் கூறுவதுபோலக் காணப்பட்டது. அப்போது போதிசத்துவர், அஸ்வத (அரச) மரத்தில் முதுகை வைத்துக் கிழக்கு முகமாக அமர்ந்து தியானத்தில் இருந்தார். இவருடைய உடம்பில் இருந்து வெளிப்பட்ட ஒளியானது இவர் இருந்த இடத்தில் சுடரொளிபோல் காணப்பட்டது.

அப்போது திடீரென்று சூறாவளிக் காற்று வீசியது. ஆகாயம் எங்கும் மேகங்கள் சூழ்ந்து கொண்டன. இருள் மூடிக்கொண்டது. பயங்கரமாக இடி இடித்தது. பூமி அதிர்ந்தது. அவ்விடத்தில் வந்திருந்த தேவர்களும் பிரமர்களும் அஞ்சி ஓடிப்போனார்கள். இடியும் மின்னலும் அச்சத்தை உண்டாக்கின. வால்வெள்ளிகள் காணப்பட்டன. விண்மீன்கள் எரிந்து விழுந்தன. காக்கைகள் கரைந்து ஓலமிட்டன. ஆந்தைகளும் மர நாய்களும் பயங்கரமாக அலறி ஊளையிட்டன. எலும்புக் கூடுகள் நடந்துவருவதுபோலப் பேய்கள் வெளிப்பட்டன. தலையற்ற உடல்கள் ஆகாயத்தில் பறந்தன. வாள், வில், வேல், கோடரி, ஈட்டி, கட்டாரி முதலிய ஆயுதங்களை ஏந்திக்கொண்டு பூதங்கள் அங்கே வந்தன. ‘பிடியுங்கள்! அடியுங்கள்! கட்டுங்கள்! கொல்லுங்கள்!’ என்னும் பயங்கரமான குரல்கள் கேட்டன. இவ்வாறு பயங்கரமான சேனையுடன் வந்தவன் யார்? இவ்வாறு வந்தவன் தேவசேனைகளையும் பிரம சேனைகளையும் முதுகு காட்டி ஓடச்செய்யும் பேராற்றல் வாய்ந்த வசவர்த்திமாரனே.

இவ்வாறு ஆர்ப்பரித்துக் கொண்டு போதிசத்துவர் மீது போருக்கு வந்த வசவர்த்திமாரன், அவருக்கு அருகே வர முடிய வில்லை. தூரத்தி லேயே நின்றான், கௌதமமுனிவர் அஞ்சாமல், மான் கூட்டத்தின் இடையே சிங்கம் போலவும், பறவைகளின் கூட்டத்தில் கருடன் போலவும் வீற்றிருந்தார். முன் பிறப்புக்களிலே பாரதைகளை நிறை வேற்றினவர். ஆகையினாலே இவர் சிறிதும் அஞ்சாமல் வீற்றிருந்தார். சேனைகளுடன் வந்த மாரன், இவரைப் பார்த்து உரத்தக் குரலில் இவ்வாறு கூறினான். "நான் உலகத்திலே பெரியவன்; உயர்ந்தவன்; மேலானவன். நீயோ அற்ப சிறு மனிதன். பெரியவனாகிய நான் வரும் போது அற்ப மனிதனாகிய நீ எழுந்து நின்று வணங்காமல் ஏன் உட்கார்ந்திருக்கிறாய்? உனக்கு மட்டுமரியாதை இல்லையா? உனக்கு என்னிடம் அச்சம் இல்லையா?" என்று வெடிப்பான குரலில் அச்ச முண்டாகும்படிப் பேசினான். போதிசத்துவராகிய கௌதமர் சிங்கம்போல் அஞ்சாமல் வீற்றிருந்தார்.

அப்போது மாரன், இவருக்கு அச்சமுண்டாக்கி இவரை எழுந்து ஓடச் செய்வேன் என்று தனக்குள் நினைத்து, ஒன்பது விதமாக மழைகளைப் பொழியச் செய்தான். இவைகளினாலே போதிசத்து வருக்கு எவ்விதமான துன்பமும் உண்டாகவில்லை. அவர் அஞ்சாமல் சிங்கம்போல் வீற்றிருந்தார். மாரன் தான்அமர்ந்திருந்த கிரிமேகலை என்னும் யானையைப் போதிசத்துவர் மேல் ஏவினான். "ஓய்! அந்தப் பதுமாசனத்தில் இருந்து எழுந்து ஓடிப்போ!" என்று அதட்டிக் கூவினான். அப் போதும் போதிசத்துவர், குழந்தை தன்னைக் காலால் உதைத்தாலும் கோபப்படாத தாயைப்போல இருந்து, மாரனைப் பார்த்து, "மாரனே! இவ்விடத்தைவிட்டு நான் போகமாட்டேன்" என்று உறுதியாகக் கூறினார்.

அப்போது மாரனுடைய சேனைகள் வந்து அவரைச் சூழ்ந்து கொண்டன. போதிசத்துவர் கிரிமேகலை மீது அமர்ந்திருந்த மாரனைப் பார்த்து மேலும் கூறுவார் — "இந்தத் தர்ம யுத்தத்திற்கு நான் முனைந்து இருக்கிறேன். இந்தப் பதுமாசனத்தில் இருந்து மாரன் என்னை அசைக்க முடியாது. உலகத்திலே ஒருவரும் வெல்ல முடியாத காமம், வெகுளி, மயக்கம் முதலான சேனைகள் உன்னிடம் இருக்கின்றன. ஆனாலும், நான் தனியாக இருந்து பிரஞ்ஞா (ஞானம், அறிவு)

மூலமாகப் போர்புரிந்து உனது சேனைகளைத் தோல்வியுறச் செய்வேன். ஓ, மாறனே! நான் உயர்ந்த நன்ஞானத்தினாலே மித்தியா சங்கல்பத்தை (பொய் அறிவை) நீக்கி சம்யத் சங்கல்பம் கொண்டு நான்கு விதங்களினால் மனத்தைப் பண்படுத்தி அதை விழிப்புடன் நன்றாக வைத்திருக் கிறேன். என்னுடைய சீடர்களையும் விழிப்பாக இருக்கும்படி பயிற்சி செய்விப்பேன். நான் கூறுகிறபடி நடக்கிறவர்கள் நிர்வாண மோக்ஷத்தைப் பெறுவார்கள். உன்னால் தோல்வியுற மாட்டார்கள். அவர்கள் துக்கம் அற்ற நிர்வாணமோக்ஷத்தை யடைவார்கள்."

இதைக்கேட்ட மாரன், "ஓ, சிரமணரே! என்னிடம் உமக்கு அச்சம் இல்லையா?" என்று கேட்டான்.

"இல்லை, மாரனே; உன்னிடம் எனக்கு அச்சம் இல்லை" என்று உறுதியாகக் கூறினார் போதிச்சத்துவர்.

"தேவர்களும் என்னை எதிர்க்கத் தைரியம் இல்லாத போது, மனிதனாகிய நீ மட்டும் எக்காரணத்தினால் அச்சமில்லாமல் இருக்கிறாய்?" என்று கேட்டான் மாரன்.

"பத்துப் பாரமி[1] தர்மங்களை நிறைவேற்றினவன் ஆகையினாலே உன்னிடத்தில் எனக்கு அச்சம் இல்லை" என்று கூறினார் போதி சத்துவர்.

"நீர் பாரமிக புண்ணியங்களை நிறைவேற்றினது யாருக்குத் தெரியும்? அதற்குச் சான்று உண்டா?" என்று கேட்டான் மாரன்.

போதிசத்துவர், "மாரனே! நான் சான்று காட்ட வேண்டியதில்லை. ஆனாலும், நீ கேட்கிறபடியினாலே சான்று காட்டுவேன். ஒரு வெஸ்ஸந்தர ஜன்மத்திலே நான் தானங் கொடுத்த போது ஏழு தடவை பூமி அதிர்ச்சிக்கொண்டது உண்மை என்பதை இந்தப் பூமிதேவி சான்று கூறுவாள்" என்றுகூறி, சீவர ஆடையின் உள்ளே இருந்த தமது கையை வெளியில் எடுத்துப் பூமியைச் சுட்டிக் காட்டினார்.

அப்போது பூமியானது பயங்கரமான ஓசையுடன் ஆறு தடவை அதிர்ந்தது. இதைக் கண்டுங் கேட்டும் அச்சங்கொண்ட மாரன் தன்னுடைய கொடியை எடுத்துக்கொண்டு சேனையுடன் ஓடிப் போனான். இவ்வாறு சூரியன் மறையுமுன்பே, போதி சத்துவர் மாரனை வென்று வெற்றி பெற்றார். இந்தப் போரை

வெகு தூரத்தில் நின்று பார்த்துக் கொண்டிருந்த பிரமர்களும் தேவர்களும் போதிசத்துவர் வெற்றி பெற்றதைக்கண்டு, "துக்கமற்ற புண்ணியவான்களே! சித்தார்த்த போதிசத்துவருக்கு வெற்றி கிடைத்தது! வசவர்த்திமாரன் தோல்வி யடைந்தான். ஆகையினாலே, ஜய மங்கள விழாவையும் புத்த மங்கள விழாவையும் ஒருங்கே கொண்டாடுவோம் வாருங்கள் என்று சொல்லிக் கொண்டே எல்லோரும் போதி மரத்தருகே வந்தார்கள்.

அப்போது ஆயிரம் கதிர்களையுடைய பொன்தட்டு ஒன்று தண்ணீரில் அமிழ்வதுபோல சூரியன் மேல் கடலில் மூழ்கினான். முழுநிலா பால்போன்ற ஒளியை எங்கும் வீசிக்கொண்டு ஆகாயத்திலே காணப்பட்டது. தூய்மையான வானத்திலே விண்மீன்கள் மின்னிக் கொண்டிருந்தன. இந்தக் காட்சி போதி சத்துவருக்கு அமைக்கப்பட்ட விதானம்போலத் தோன்றியது. வானமும் பூமியும் சேர்வதுபோல காணப்படும் வானவட்டமானது போதிசத்துவரைச் சூழ்ந்திருக்கும் பிரகாரம் போன்று காணப்பட்டது. பூமண்டலம் போதிசத்துவருக்கு அமைந்த ஓர் இல்லம்போலத் தோன்றியது. அடிமுதல் நுனி வரையில் நூறு முழம் உயர்ந்து வளர்ந்த அந்த அரசமரமானது மயில் ஒன்று தன் தோகையை விரித்திருப்பது போன்று காணப்பட்டது. இந்தப் போதி மரத்தின் அடியிலே அமர்ந்து வசவர்த்தி மாரனை (தேவ புத்திர மாரனை) வென்ற போதிசத்துவர் கிலேசமாரன், மிருத்யு மாரன், ஸ்கந்தமாரன், அபிசம்ஸ்கார மாரன் என்னும் மற்ற மாரர்களையும் வெற்றி கொள்வதற்கு ஆயத்தமாக இருந்தார். அவரிடம் வந்த தேவர்களும் பிரமர்களும் அவரை வணங்கி வாழ்த்திப் போற்றிப் பிறகு தத்தம் இருப்பிடம் சென்றார்கள்.

போதிஞானம் அடைதல்

'**ம**திநாள் முற்றிய மங்கலத் திருநாளாகிய வைசாகப் பௌர்ணமி அன்று மாலை வசவர்த்தி மாரனை வென்ற போதிசத்துவர், அவ்விர வின் முதல் யாமத்திலே யோகத்தில் அமர்ந்து படிப் படியாக முதலாவது, இரண்டாவது, மூன்றாவது நான்காவது என்னும் யோகங்களைச் செய்து நாலாவது யோகத்திலிருந்து மனத்தைச் செலுத்தித் தமது

முன் பிறப்புக் களைக் காணத் தொடங்கினார். இவ்வாறு முற்பிறப்புக்களைக் காணும் இவருக்கு, முன்பு உண்டாகியிருந்த கணக்கற்ற பிறப்புகள் புலனாயின. இந்த முதல் யாமத்திலே யோகத்தை (அறியாமையை) நீக்கி முற் பிறவியைக் காண்கிற ஞானத்தையடைந்தார். இந்த ஞானத்திற்கு 'முதல் சித்தி லாபம்' என்பது பெயர்.

முதல் சித்தி லாபம் என்னும் இந்த ஞானத்தின் மூலமாகத் தமது முற்பிறப்புகளைக் கண்ட போதிசத்துவர், "நாமரூபங்கள் (உயிருடன் கூடிய உடம்பு) அந்தந்தப் பிறப்பிலே உண்டாகி அந்ததந்தப் பிறப்பிலேயே நாமரூபங்கள் தோன்றியபோது ஐம் பொறிகளும் ஐம் புலன்களும் தோன்றி அவையும் அந்தந்தப் பிறப்பிலேயே மறைந்து விட்டன; அழிந்துவிட்டன. ஆனால் தனிப்பட்டதும் அழியாததுமான உயிராவது, ஜீவனாவது, புருஷனாவது கிடையாது. ஆகையினாலே, இவைகளை உண்டாக்கிய கடவுளாவது பிரமனாவது மாரனாவது கிடையாது!" என்று அறிந்து இருபதுவிதமான சத்காய திருஷ்டியை (ஆத்ம திருஷ்டியை) நீக்கினார். இதுவே போதிசத்துவருக்குக் கிடைத்த முதல் விசுத்தியாகும்.

பிறகு போதிசத்துவர் அவ்விரவின் இடையாமத்திலே முன் போலவே யோகத்தில் அமர்ந்து அதன் மூலமாக நான்கு தியானங்களை அடைந்து நான்காவது தியானத்துக்கப்பால் தமது மனத்தைச் செலுத்தி ஜனங்களுடைய பிறப்பு இறப்புக்களைக் காணலானார். அப்போது இறக்குந் தருணத்தில் இருக்கிற உயிர்களையும், கருவிலே கிடந்து பிறக்குந் தருணத்தில் இருக்கிற உயிர்களையும், நன்மைகளைச் செய்த காரணத்தினாலே இன்பங்களை அனுபவிக்கிற உயிர்களையும் தீமைகளைச் செய்த படியினாலே துன்பங்களை அனுபவிக்கிற உயிர் களையும் அவர் தமது மனக்காட்சியில் கண்டார். இவ்வாறு உயிர்களுடைய பிறப்பையும் இறப்பையும் கண்டபடியினாலே, அதுபற்றியிருந்த மாயை இவருக்கு இல்லாமற் போயிற்று. பிறப்பு இறப்பைப்பற்றிய மாயை நீங்கிவிடவே பதினாறுவிதமான ஐயங்கள் நீங்கிவிட்டன. இதுவே, போதி சத்துவருக்கு இரண்டாவதாகக் கிடைத்த காம்க்ஷாவிதரண விசுத்தி ஆகும்.

பிறகு இரவின் கடைசி யாமமாகிய மூன்றாவது யாமம் வந்தது. முன்போலவே போதிசத்துவர் பிரணாயாமம்

செய்து யோகத்தில் அமர்ந்து நான்காவது நிலையையடைந்து உண்மைத் தத்துவத்தைக் காண மனத்தைச் செலுத்தினார். அப்போது, பஞ்ச ஸ்கந்தங்கள், அநித்யம், துக்கம், அநாத்மம் என்பவற்றைக் கண்டு, ஒவ்வொன்றையும் ஆராய்ந்து பார்த்து, பன்னிரண்டு நிதானங்களிலே சொல்லுகிறபடி ஏழு விதமான விசுத்திமார்க்கத்தைக் கண்டார். இவைகளை மேன்மேலும் ஆராய்ந்து பார்த்து, அநித்திய தரிசனம் மூலமாக நித்தியம் என்னும் பொருளையும், துக்க தரிசனம் மூலமாகச் சுகம் என்னும் பொருளையும், அனாத்ம தரிசனம் மூலமாக ஆத்மசஜ்ஞை என்னும் பொருளையும் அறிந்தார். அவ்வாறே ஆராய்ந்து பார்த்து, விராக தரிசனத்தினாலே ராகத்தையும், நிர்விதானு தரிசனத்தினாலே நந்தி (ஆசை)யையும், நிரோதானு தரிசனத்தினாலே சமுதாயத்தையும் பிரதி நிச்சர்க்க தரிசனத்தினாலே ஆதானத்தையும் நீக்கினார்.

பிறகு, எல்லா சம்ஸ்காரங்களையும் இரண்டாகப் பிரித்து உதயம் (தோற்றம்), வியயம் (அழிவு) என்னும் முறையில் ஆராய்ந்து பார்த்த போது ஆலோகம், பிரீதி, பிரஸ்ரப்தி, ஞானம், சிரத்தை, ஸ்மிருத்தி, சுகம், உபேக்ஷை, வீரியம், நிகாந்தி என்கிற விதர்சனா ஞானங்களும் இவற்றினின்று எதிர்மாறான ஞானங்களும் தோன்றின. (விதர்சனா ஞானம் அடைந்தபடியினாலேஇவருடைய சரீரத்திலே இருந்த இரத்தம் தூய்மை பெற்று அதிலிருந்து பொன்னிறமான ஒளி வெளிப்பட்டது.)

மேலே சொன்ன ஆலோகம், பிரீதி, பிரஸ்ரப்தி முதலிய விஷயங்களை ஞானத்தினாலே ஆராய்ந்து பார்த்தபோது திருஷ்ணை, திருஷ்டியை, மானம் என்கிறவைகளுக்கு அவை ஆதாரமாக இருக்கிற படியினாலே அது மோக்ஷ மார்க்கத்துக்கு வழியாகாது; ஆகவே, இந்தப் பாதையைவிட்டு நீங்கி விதர்சனா பாதையில் செல்வதே நல்வழி என்று அறிந்தார். இவ்வாறு நன்னெறி தீநெறிகளைக் கண்டு, ஆலோகம் முதலானவைகளிலே மனத்தைச் செலுத்தாமல் விதர்சனா பாவத்திலே மனத்தைச் செலுத்துவது மோக்ஷ மார்க்கம் என்பதைக் கண்டார்.

இவ்வாறு இவர் கண்ட இதற்கு ‘மார்க்கா மார்க்க ஞான தர்சன விலத்தி’ என்பது பெயர்.

விதர்சன நெறியில் சென்ற போதிசத்துவர். பிறகு அநித்தியம், துக்கம், அனாத்மம், அசுசி என்பவற்றைச்

சிந்தித்து ஆராய்ந்து பார்த்த போது பஞ்ச ஸ்தந்தங்களின் தோற்றத்தையும் அழிவையுங் கண்டார். இதற்கு 'உதய வியய ஞானம்' என்பது பெயர்.

இவ்வாறே போதிசத்துவர் முறையே பஞ்சானு தர்சன ஞானம், பயதோபஸ்தான ஞானம், ஆதீனவ ஞானம், முக்திகாமதா ஞானம், பிரதி சங்க்யானுதர்சன ஞானம், சம்ஸ்காரரோபேக்ஷா ஞானம் முதலிய ஞானங்களை யடைந்தார். பிறகு சத்யானுலோம ஞானம் உண்டாயிற்று. பிறகு, பிருத்தஜ்னா கோத்ராவஸ்தையைக் கடந்து நிர்வாண மோக்ஷத்தைப் பெற்றுக் கொண்டே கோத்ரபூ ஞானம் கிடைக்கப் பெற்றார்.

கோத்ரபூ ஞானம் மனதில் தோன்றி மறையும் போது துக்கத்தைப் பார்த்துக்கொண்டே சமுதயத்தை நீக்கிக் கொண்டே நிரோதத்தைப் பாவித்து உறுதிப்படுத்திக்கொண்டே மார்க்க சத்தியத்தை அனுசரித்துக் கொண்டே முதலாவது ஞானதரிசனம் பெற்றார். அதாவது ஸ்ரோதபத்தி மார்க்க ஞானம் பெற்றார்.

அதன் பிறகு ஸ்ரோதாபத்தி பலனும் பிறகு மார்க்கப்ரத்திய பேக்ஷன ஞானமும், பலப்ரத்தியவேக்ஷண ஞானமும், ப்ரஹீனக்லேச ப்ரத்தியவேக்ஷண ஞானமும், வத்யக்லே சப்ரத்திய வேக்ஷண ஞானமும் உண்டாயின.

பிறகு மறுபடியும் உதய வியய ஞானத்திலிருந்து சம்ஸ் காரங்கள் அனித்தம், துக்கம், அனாத்மம் என்று சிந்திக்கும்போது போதிசத்து வருக்கு முன்போலவே சம்ஸ்காரோபேக்ஷர ஞானத்தின் கடைசியில், அநுலோம கோத்ரபூ ஞானத்திற்குச் சமீபமாகத் துக்கத்தைக் கண்டு கொண்டே சமுதய சத்யத்தை நீக்கிக்கொண்டே ராக துவேஷ மோகங்கள் முதலியவற்றைப் பலவீனப் படுத்திக் கொண்டே நிரோதசத்யத்தைப் பெற்றுக் கொண்டே அஷ்டாங்க மார்க்கத்தை அனுசரித்துக் கொண்டே இரண்டாவது ஞான தரிசனத்தைப் பெற்றார். அதாவது சத்ருதகாமீ மார்க்க ஞானம் அடைந்தார்.

பின்னர், போதிசத்துவர் உதய வியய ஞானத்திலிருந்து சம்ஸ் காரங்களுடைய இலக்கணங்களைப் பார்க்கத் தொடங்கினார். முன் போலவே சம்ஸ்காரோ பேக்ஷா ஞானத்தின் கடைசியில்

அனுலோம கோத்ரபூ ஞானங்கள் தோன்றி துக்கத்தைக் கண்டு, சமுதயத்தை நீக்கி, ராகத்வேஷ முதலியவற்றை அகற்றி, நிர்வாண மோக்ஷத்தையடைந்து கொண்டே அஷ்டாங்க மார்க்கத்தை அனுசரித்துக்கொண்டே மூன்றாவது ஞான தரிசனத்தைப் பெற்றார். அதாவது அனாகாமீ மார்க்க ஞானம் அடைந்தார்.

அப்போது, இன்னும் சில கிலேசங்கள் மிஞ்சி நிற்பதைக் கண்டு, முன்போலவே உதய விபய முதலான ஒன்பது விதமான பெரிய விதர்சனா ஞான மூலமாக சம்ஸ்காரங்கள் அனித்யம், துக்கம், அனாத்மம், அசுசி என்று அறிந்து படிப்படியாக ஆராயும்போது, போதி சத்துவருக்கு சம்ஸ்காரோபேக்ஷா ஞானமும் பிறகு அனுலோம கோத்ரபூ ஞானங்களும் பிறந்தன. அப்போது துக்கங்களை யெல்லாம் கண்டு சமுதய சத்தியத்தை (வாசனா தோஷங்களை) அறவே நீக்கி நிர்வாணத்தைப் பெற்றுக் கொண்டே மார்க்கத்தை அனுஷ்டித்துக் கொண்டே நான்காவது ஞான தரிசனத்தைப் பெற்றார். அதாவது அர்ஹந்த மார்க்க ஞானம் அடைந்தார்.

மேலே கூறின சுரோதபத்தி, சத்ருதகாமி, அனாகாமி, அர்ஹந்த என்னும் நான்கு மார்க்கங்கள் ஞான தர்சன விசுத்தி என்று கூறப்படும்.

போதிசத்துவருக்கு அர்ஹந்தமார்க்க ஞானத்துடன் நான்கு விதமான பிரதிசம்பிதா ஞானமும் ஆறுவிதமான அசாதாரண ஞானமும் பதினான்கு விதமான புத்தஞானமும் பதினெட்டு விதமான ஆவேணிக தர்மங்களும் பத்துவிதமான பலமும் நான்கு விதமான வைசாரத்யங்களும் முதலான கணக்கற்ற புத்தகுணங்கள் நிறைந்தன.

இவ்வாறு இரவு முழுவதும் யோகத்திலிருந்து கிலேசங்களை யெல்லாம் வென்று மிகவுயர்ந்த மேலான சம்புத்த பதவியை யடைந்தார்.

முதல் வாரம்

அடைதற்கரிய புத்த பதவியை யடைந்த ததாகதர், தாம் பிறவித் துன்பத்திலிருந்து வீடு பெற்றதையும், கிடைத்தற்கரிய

புத்த பதவி கிடைக்கப் பெற்றதையும், அறநெறியை ஐயமறக் காணப்பெற்றதையும். அறநெறியை மக்களுக்குப் போதித்து அவர்களைத் துன்பங்களிலிருந்து நீக்கும் ஆற்றல் பெற்றிருப் பதையும் சிந்தித்துப் பார்த்து அதனாலே மகிழ்ச்சி யடைந்து இவ்வாறு உதானம் கூறினார்.[2]

"பிறப்பு இறப்பாகிய சம்சாரம் எப்போதும் துன்பமானது. உடம் பாகிய வீட்டைக் கட்டும் திருஷ்ணை என்று சொல்லப்பட்ட கொல் லனைக் காண்பதற்காக, போதிஞானம் என்னும் கண்ணைப் பெறும் பொருட்டு, இதுவரையில் நூறாயிரக் கணக்கான பிறப்புக்கள் பிறந்தேன். கடைசியாக, ஓ! கொல்லனே, உன்னைக் கண்டுபிடித்தேன். நீ இனிமேல் எனக்கு உடம்பாகிய வீட்டைக் கட்டமாட்டாய். (பிறப்பு இறப்பு இல்லை) உன்னுடைய கிலேசம் என்னும் வலிச்சல்கள் உடைக்கப்பட்டன. பேதைமை என்னும் கைத்துண்டுகள் பிளக்கப்பட்டன. என்னுடைய மனம் நிர்வாண மோக்ஷம் அடைந்தது. ஆகையால் ஆசையற்ற அர்ஹந்த பலனையடைந்தேன்."

இவ்வாறு உதானம் உரைத்த பின்னர் ததாகதர், "இந்தப் பர்யங்கத் திற்காக (பர்யங்கம் — ஆசனம். புத்த பதவி) நான்கு அசங்கிய கல்ப காலம் பிறவி எடுத்துவந்தேன். நான் அடையப் பெற்ற இந்த ஆசனம் (நிலை) வெற்றியாசனம்; மங்கல ஆசனம். நான்குவிதமான வீரியங்களை மனத்திலே நிறுவி இங்கு அமர்ந்து புத்த பதவி யடையப் பெற்றேன்" என்று நினைத்தவண்ணம் ஒரு வாரம் வரையில் அங்கேயே தங்கி விமுக்தி சுகத்தைத் துய்த்துக் கொண்டிருந்தார்.

அதன் பிறகு, அந்த வாரத்தின் கடைசி நாளாகிய ஏழாவது நாள் இரவில், முதல் யாமத்திலே, பன்னிரண்டு நிதானங்களை முதலிலிருந்து கடைசிவரையில் இவ்வாறு தனக்குள் நினைத்தார்:

பேதமை சார்வாச் செய்கை யாகும்
செய்கை சார்வா வுணர்ச்சி யாகும்
உணர்ச்சி சார்வா வருவுரு வாகும்
அருவுரு சார்வா வாயி லாகும்
வாயில் சார்வா வூறா கும்மே

ஊறு சார்ந்து நுகர்ச்சி யாகும்
நுகர்ச்சி சார்ந்து வேட்கை யாகும்
வேட்கை சார்ந்து பற்றா கும்மே
பற்றில் றோன்றுங் கருமத் தொகுதி
கருமத் தொகுதி காரண மாக
வருமே யேனை வழிமுறைத்தோற்றம்
தோற்றஞ் சார்பின் மூப்புப்பிணி சாக்காடு
அவலம் அரற்றுக் கவலைகை யாறெனத்
தவலில் துன்பந் தலைவரும் என்ப
ஊழின்மண் டிலமாச் சூழுமிந் நுகர்ச்சி[3]

இவ்வாறு ஊழின் மண்டிலமாகப் பன்னிரண்டு நிதானங்களைத் தமது மனத்திலே சிந்தித்துப் பார்த்த பகவன் புத்தர் அந்த இரவின் முதல் யாமத்தின் இறுதியிலே இவ்வாறு உதானம் உரைத்தார்:

'பிறப்பு இறப்பாகிய துன்பத்தை நீக்கக் கருதி ஊக்கத்தோடு முயற்சி செய்கிற யோகி ஒருவர், பௌத்தத்தின் முப்பத்தேழு தத்துவத்தை எப்பொழுது அறிகிறாரோ அப்பொழுதே — பேதமை முதலான காரணங்களினாலே உண்டான துக்கங்களைப் பிரித்துப் பிரித்து ஆராய்ந்து பார்க்கிறபடியினாலே — அவருடைய ஐயங்கள் மறைந்து விடுகின்றன' என்று உதானம் (பிரீதி வாக்கியம்) உரைத்தார்.

பின்னர் அந்த இரவின் நடுயாமத்திலே ததாகதர் ஊழின் வட்ட மாகிய பன்னிரு நிதானத்தைக் கடைசியில் இருந்து முதல் வரையில் இவ்வாறு சிந்தித்தார்.

"பேதமை மீளச் செய்கை மீளும்
செய்கை மீள வுணர்ச்சி மீளும்
உணர்ச்சி மீள அருவுரு மீளும்
அருவுரு மீள வாயில் மீளும்
வாயில் மீள ஊறு மீளும்
ஊறு மீள நுகர்ச்சி மீளும்
நுகர்ச்சி மீள வேட்கை மீளும்
வேட்கை மீளப் பற்று மீளும்

பற்று மீளக் கருமத் தொகுதி

மீளும் கருமத் தொகுதி மீளத்

தோற்றம் மீளும் தோற்றம் மீளப்

பிறப்பு மீளும் பிறப்புப் பிணி மூப்புச்

சாக்கா டவல மரற்றுக் கவலை

கையா றென்னுக் கடையில் துன்பம்

எல்லாம் மீளும் இவ் வகையான் மீட்சி"[4]

இவ்வாறு நிதானங்களைச் சிந்தித்துப் பார்த்த பகவன் புத்தர் இவ்வாறு உதானம் உரைத்தார்.

"பிறவித்துன்பத்தை நீக்கும் பொருட்டு முயற்சியோடு தியானம் செய்து பாவத்தை நீக்கின யோகியானவர், பௌத் தத்தின் முப்பத்தேழு தத்துவத்தை எப்பொழுது உணர்கிறாரோ அப்பொழுதே — பேதமை முதலான காரணங்களினாலேயே உண்டான துக்கங்களைப் பிரித்து ஆராய்ந்து பார்க்கிற படியினாலே — அவருடைய ஐயங்கள் நீங்கி விடுகின்றன."

அதன் பின்னர், இரவின் மூன்றாவது யாமம் வந்தது. அப்போது பகவன் புத்தர் ஊழின்வட்டமாகிய பன்னிரு நிதானம் என்னும் தத்துவத்தைத் தொடக்கத்தில் இருந்து கடைசி வரையிலும், (பேதைமை சார்வாச் செய்கையாகும் — நுகர்ச்சி என்பதுவரை) பிறகு கடைசியிலிருந்து தொடக்கம் வரையிலும் (பேதமைமீளச் செய்கையாகும் — மீட்சி என்பது வரை) மறுபடி சிந்தித்துப்பார்த்தார். பார்த்த பிறகு, இவ்வாறு உதானம் ஓதினார்.

'துக்கங்களை அடக்கிப் பாவங்களை யொழிக்கிற ஆற்றல் உள்ள துறவியானவர், முப்பத்தேழுவிதமான தர்மங்களை அறியும்போது, இருள் படலத்தை ஓட்டி ஒளியைப் பரப்புகிற சூரியனைப் போல, மாரனுடைய எல்லாவிதமான சேனைகளையும் ஓட்டி வெற்றி காண்கிறார்.'

இரண்டாம் வாரம்

புத்த பதவி யடைந்தபிறகும் ததாகதர், ஆசனத்தைவிட்டு எழுந் திராமல் போதிமரத்தின் அடியிலேயே அமர்ந்திருந்தார்.

இதனைக் கண்ட சில தேவர்கள், "ஆசனத்திலிருந்து பகவன் புத்தர் எழுந்திருக் காதபடியினாலே இன்னும் இவர் அடைய வேண்டிய நிலைகளும் உண்டு போலும்" என்று நினைத்தார்கள். இவ்வாறு தேவர்கள் சிலர் எண்ணியதைப் பகவன் புத்தர் அறிந்தார். ஆகவே, அவர் அவர்களுடைய ஐயத்தை நீக்குவதற்காக, ஆசனத்தைவிட்டுக் கிளம்பி ஆகாயத்திலே நின்றார். இதைக் கண்ட தேவர்கள் ஐயம் நீங்கினார்கள்.

இவ்வாறு தேவர்களுடைய ஐயத்தை நீக்கிய பின்னர், பகவன் புத்தர் தரையில் இறங்கி புத்த ஆசனத்தைக் கண் இமைக்காமல் பார்த்தார். "இந்த ஆசனத்தில் இருந்தபோது எனக்குப் புத்த பதவி கிடைத்தது. நான்கு அசங்கிய கல்ப லக்ஷகாலம் வரையில் நான் நிறைவேற்றிய பாரமிதைகளின் பலனாக இந்தப் புத்த பதவி இந்த ஆசனத்தில் இருக்கும்போது எனக்குக் கிடைத்தது" என்று நினைத்து நன்றியறியும் உள்ளத்துடன் அந்தப் போதியாசனத்தைக் கண்களி னாலே பார்த்துக்கொண்டே இருந்தார். இவ் வாறு இரண்டாவது வாரம் கழிந்தது. இவ்வாறு இமை கொட்டாமல் பார்த்திருந்த இடத்திற்கு அநிம சலோசன சைத்தியம் என்பது பெயராகும்.

மூன்றாம் வாரம்

பின்னர் மூன்றாவது வாரம் முழுவதும், போதியாசனத்தின் அருகிலேயே ததாகதர் கிழக்கு மேற்காக உலாவிக் கொண்டிருந்தார். இந்த இடத்திற்கு இரத்தின சங்க்ரமன சைத்தியம் என்பது பெயராகும்.

நான்காம் வாரம்

நான்காவது வாரத்தில், போதி மரத்திற்கு வடமேற்கில் சென்று இரத்தின கிருஹத்தில் அமர்ந்து தாம் கண்ட போதி தர்மத்தை மனத்திலே நினைந்து நினைந்து ஆராய்ந்தார். இந்தத் தர்மத்தைக் கேட்டு இதன்படி ஒழுகுகிறவர்கள், சீலத்தில் மனதை நாட்டிச் சமாதியைத் தியானித்துப் பிரஞ்ஞா (அறிவினால்) மூலமாகத் தத்துவத்தை நன்கறிந்து உயர்ந்த நெறியில் ஒழுகுவார்கள் என்று கருதினார். சீலத்தைப்பற்றி வினய பிடகம், சமாதியைப்பற்றி சூத்திராந்தபிடகம், பிரஜ்ஞாவைப்பற்றி அபி

தர்மபிடகம் என்னும் மூன்றையும் சிந்தித்தார். இவை எல்லாத் தர்மங்களையும்விட மேலானதாகவும் ஆழமானதாகவும் இருப்பதை அறிந்து உவகை கொண்டார்.

அப்போது அவருடைய இருதயத்தில் உதிரம் மிகவும் தூய்மை யாயிருந்தது. தேகத்தில் ஒளி வீசிற்று. அவருடைய திருமேனியிலிருந்து எண்பது முழம் வட்டத்தில் ஒளிக்கிரணங்கள் ஒளி வீசின. அப்போது அந்த இடத்திலே ஆயிரம் சூரிய சந்திரர்கள் இருந்து ஒளி வீசுவது போலத் தோன்றியது.

பகவன் புத்தர் போதிஞானம் அடைந்து நான்கு வாரம் வரையில் போதிமரத்தின் அருகிலேயே இருந்தார். ஐந்தாவது வாரம் அவ் விடத்தை விட்டுப் புறப்பட்டுச் சென்று அஜபாலன் என்னும் ஆல மரத்தை அடைந்து அம்மரத்தடியில் அமர்ந்து ஒருவார காலம்வரையில் விமுக்தி சுகத்தை அனுபவித்துக்கொண்டே யோகத்தில் அமர்ந்திருந்தார்.

பிராமணன் யார்?

இவ்வாறு ஒரு வாரம் வரையில் யோகத்திலிருந்த பகவன் புத்தர், யோகத்திலிருந்து விழித்தார். அப்போது ஒரு பிராமணன் அவரிடம் வந்தான். அந்தப் பிராமணன் முன்னரே இவருக்கு அறிமுகமானவன். போதிசத்துவர், உருவேல என்னும் இடத்தில் இருந்த போதும் சேனானீ கிராமத்துக்கு அருகில் ஆசிரமம் அமைத்துக்கொண்டிருந்தபோதும் அவன் இவரிடம் பழகியவன். அந்தப் பிராமணன் பிராமணப் பிறப்பே உயர்ந்த பிறப்பு என்னும் எண்ணம் உடையவன். அவன் பகவன் புத்தரிடம் வந்து, "ஓ கௌதமரே! எந்தெந்தக் காரணங்களினாலே ஒருவன் பிராமணனாகக் கூடும்? பிராமணனுடைய இயல்பு என்ன?" என்று கேட்டான்.

அதற்குப் பகவன் புத்தர் இவ்வாறு விடை கூறியருளினார்: "யார் ஒருவர் பாபங்களைப் போக்கிக் கொண்டாரோ, யார் மனமாசு நீங்கி அழுக்கற்று மனத் தூய்மை யடைந்தாரோ, யார் தன்னடக்கமாக வுள்ளாரோ, யார் வேதத்தைப் (வேதம் — ஞானம்) பெற்றிருக்கிறாரோ அவர்தாம் உண்மையான பிராமணன் என்னும் பெயருக்கு உரியவர் ஆவர்" என்று அறிவுறுத்தினார்.

மாரன் அச்சுறுத்தல்

அஜபால மரத்தின் அடியில் இருந்த பகவன் புத்தர், பொருளற்ற கடுமையான உண்ணாவிரதத்தினால் உடம்பை வாட்டிக் கடுந் தபசு செய்வதிலிருந்து விலகி, மிக நன்மையான மத்திம வழியிலே சென்று புத்த ஞானப் பதவியை யடைந்தது எவ்வளவு நன்மையானது என்று தமக்குள் எண்ணினார். இவ்வாறு பகவன் புத்தர் எண்ணியதையறிந்த மாரன் அவ்வமயம் இவரிடம் வந்து, "உயிர்களைத் தூய்மைப்படுத்துகிற கடுமையான தவம் செய்வதிலிருந்து நீங்கின நீர், தூய்மையானவர் என்று நினைக்கிறீரா? நீர் சுத்த மார்க்கத்திலிருந்து வெகுதூரம் விலகியிருக் கிறீர்" என்று கூறினான். இவ்வாறு பேசினவன் மாரன் என்பதை பகவன் புத்தர் அறிந்து கொண்டார். அவனுக்கு இவ்வாறு விடை கூறினார்.

"அமரத்தன்மை பெறுவதற்காக உடம்பை வருத்தித் துன்பப்படுத்திக் கடுந்தபசு செய்வது எப்படியிருக்கிறது என்றால், கடலிலே செல்லும் கப்பலைக் கொண்டுவந்து மணல் நிறைந்த பாலைவனத்தில் வைத்துத் துடுப்பு கொண்டு துழாவி ஓட்டுவதுபோல இருக்கிறது. அப்படிச் செய்வது வீண் முயற்சி என்றறிந்து, மார்க்க ஞானத்துக்கு நற்பாதையாகவுள்ள சீல சமாதி பிரஞ்ஞை என்கிற மூன்று விதமான குணங்களை மேற் கொண்டு நடந்து தூய்மையடைந்தேன். மாரனே! உன்னை நான் வென்றேன்" என்று கூறினார். அப்போது மாரன், பகவன் புத்தர் தன்னைத் தெரிந்து கொண்டார் என்பதை அறிந்து, வெட்கமும் வருத்தமும் அடைந்து அவ்விடத்திலிருந்து மறைந்துபோனான்.

இரவு வேளையில் பகவன் புத்தர் அஜபாலன் என்னும் ஆல மரத்தண்டை உலாவிக்கொண்டிருந்தார். பிறகு அருகிலிருந்த ஒரு பாறைக் கல்லின்மேல் அமர்ந்தார். அப்போது மாரன் அவரை அச் சுறுத்த எண்ணினான். மிகப் பெரியதோர் யானையின் உருவம் கொண்டு அச்சந் தரத்தக்க முறையில் அவ்விடம் வந்தான். அந்த யானையின் தலை பாறை போன்று பெரியதாக இருந்தது. தந்தங்கள் மிக வெண்மை யாக வெள்ளி போன்றிருந்தன. தும்பிக்கை நீண்டு ஏர்க்கால்போல் இருந்தது. இவ்வாறு வந்தவன் மாரன் என்பதைப் பகவன் புத்தர் அறிந்துகொண்டார்.

"நீண்டகாலமாக என்னை அச்சுறுத்துவதற்காக இனிய நல்ல உருக்களையும் அச்சந் தரும் கொடிய உருவங்களையும் தாங்கிக் கொண்டு என்னிடம் வருகிறாய். இது மிக இழிவான செயல். மாரனே, உன்னுடைய முயற்சிகள் வீணாயின" என்று உரைத்தார். அப்போதும் தன்னைப் புத்தர் அறிந்து கொண்டதை உணர்ந்த மாரன் வெட்கமும் துக்கமும் கொண்டு மறைந்து போனான்.

மற்றொருமுறை மாரன், பகவன் புத்தரை அச்சப்படுத்த எண்ணி, ஒரு நள்ளிரவிலே வெவ்வேறு உருவங்களைக் காட்டினான். அப்போது பகவன் புத்தர், "மாரனே! மனம் வாக்குக் காயங்களை உறுதியுள்ள அரணாக அமைத்துக் கொண்ட முனிவர்கள் உன்னுடைய செயலுக்கு அஞ்சித் தோல்வியுற மாட்டார்கள்." என்று கூறினார். உடனே மாரன் முன்போலவே அவ் விடத்தைவிட்டுப் போய்விட்டான்.

குருவைத் தேடல்

அஜபால மரத்தின் அடியில் எழுந்தருளியிருந்த பகவன் புத்தருக்கு ஒரு குரு வேண்டும் என்னும் எண்ணம் உண்டாயிற்று. யாரும் ஒருவரைக் குருவாகக் கொண்டு அவரை வணங்கி வழிபடுவது நல்லது. குருவைப் பெறாதவர் நன்மை பெறுவதில்லை. ஆகையினாலே நாமும் ஒரு குருவை நாடிக்கொள்ளவேண்டும். அவருக்குத் தாம் மாணவனாக இருந்து அவரை வழிபடவேண்டும். அப்படிப்பட்ட ஒருவரைத் தேடிக் கொள்ளவேண்டும் என்னும் எண்ணம் அவருக்குத் தோன்றியது. ஆகவே அவர் யாரைக் குருவாகக் கொள்ளலாம் என்று தமக்குள் சிந்தித்தார். இவ்வாறு சிந்தித்துத் தேடிப் பார்த்தபோது சீலம் சமாதி பிரஞ்ஞை என்கிற மூன்று குணங்களாலும் தமக்க மேலானவர் ஒருவரும் மூவுலகத்திலும் இல்லாததை யறிந்து, "பிறர் உதவி இல்லாமல் என்னாலேயே மிக நன்றாக அறிந்துகொள்ளப்பட்ட அறத்தையே நான் குருவாக ஏற்றுக்கொள்கிறேன். அறத்தையே வழி பட்டு வணங்கிப் போற்றுகிறேன்" என்று தமக்குள் கூறிக் கொண்டார்.

அப்போது சஹம்பதி மகாப்பிரமன் அவர் முன்தோன்றி வணக்கம் செய்து, "ஆமாம் புத்தரே! ஆமாம் சுகதரே!

சென்ற காலங்களில் புத்த ஞானப் பதவி பெற்ற புத்தர்கள் எல்லோரும் சத்தர்மத்தையே குருவாகக் கொண்டு வணங்கி வழிபட்டார்கள். வரும் காலத்திலும் புத்த ஞானப் பதவியை யடையப்போகிற புத்தர்களும் சத்தர்மமாகிய அறத்தையே குருவாகக் கொண்டு வணங்கி வழிபடுவார்கள். ஆகையால், உத்தமரே! இந்தக் காலத்திலே புத்தஞானப் பதவியைப் பெற்ற தாங்களும் சத்தர்ம அறத்தினையே குருவாகக் கொண்டு போற்றி வழிபடுவது நல்லது" என்று கூறி வணங்கினார்.

நாகராசன் வணங்கியது

ஐந்தாவது வாரத்தை அஜபால மரத்தடியில் கழித்த பகவன் புத்தர், ஆறாவது வாரத்தில் அம்மரத்தை விட்டு அகன்றுபோய் முசலிந்த மரத்தருகே சென்றார். அங்கு அந்த வாரம் முழுவதும் சமா பத்தி தியானத்தில் அமர்ந்திருந்தார். அப்போது மழைக்கால மில்லாமலிருந்தும் பெரிய மேகங்கள் சூழ்ந்து மிகவும் இருண்டு ஏழுநாளும் மழை பெய்தது. குளிரும் அதிகமாயிருந்தது. அப் போது நாகலோகத்திலிருந்து நாகராசன் வந்து, குளிரும் மழையும், எறும்பும், கொசுவும் புத்தரை அணுகக்கூடாது என்று கருதி, தனது உடம்பினால் பகவன் புத்தரை ஏழுசுற்று சுற்றிக்கொண்டு தன் தலையைப் படமெடுத்துப் பகவன் புத்தர் தலைக்குமேல் குடைபோலத் தாங்கிக் கொண்டான். ஏழு நாட்களுக்குப் பிறகு மழை நின்று வானம் வெளுத்தது. அப்போது நாகராசன், பகவன் புத்தரை விட்டு வெளிவந்து இளமைப் பருவமுள்ள மனித உருவத்துடன் தோன்றிக் கைகூப்பித் தலைவணங்கி நின்றான். அப்போது பகவன் புத்தர் அவனுக்கு இவ்வாறு திருவாய் மலர்ந்தருளினார்.

"உண்மையைக் கண்டு அதனை உணர்ந்து மகிழ்ச்சியோடிருக் கிறவரின் ஏகாந்தம் இன்பமானது. அழுக்காறு இல்லாமல் எல்லா உயிர்களிடத்திலும் அன்புள்ளவராய்த் தன்னடக்கத்தோடு இருப்பவர் மகிழ்ச்சி யுள்ளவராவர். நான் என்கிற ஆணவத்தை விட்டவர் இன்பம் அடைகிறார். ஆசையை நீக்கியவர் இன்பம் உள்ளவர் ஆவர்" இவ்வுபதேசத்தைக் கேட்ட நாகராசன் மன மகிழ்ந்து அவரை வணங்கிச் சென்றான்.

பகவன் புத்தர் ஆறாவது வாரத்திற்குப் பிறகு முசலிந்த மரத்தை விட்டு அகன்று இராஜாயதன மரத்தடிக்குச் சென்றார். சென்று அம் மரத்தின் கீழ் யோகத்தில் அமர்ந்து ஏழுநாட்கள் இருந்தார். ஏழாவது நாளின் இறுதியில் பகவன் புத்தர் தியானத்திலிருந்து விழித்தார். ஏழு வாரம் வரையில் அவர் உணவு கொள்ளவில்லை. போதி ஞானத்தைச் சிந்திப்பதிலேயும் தியானத்திலும் அவர் நாட்களைக் கழித்தார்.

சாவக நோன்பிகள்

தியானத்திலிருந்து விழித்தபோது சக்கன் (தேவேந்திரன்) அவரிடம் வந்து பல்தேய்க்கப் பல் குச்சியையும் முகம் கழுவ நீரையும் கடுக்காய் மருந்தையும் கொடுத்துவிட்டுப் போனார். பகவன் புத்தர் பல்தேய்த்து முகம் கழுவி இராஜாயதன மரத்தின் அடியில் அமர்ந்தார்.

அப்போது உத்கல (ஒரியா) பிரதேசத்திலிருந்து ஒரு வாணிகச் சாத்து அவ்வழியே போய்க்கொண்டிருந்தது. ஐந்நூறு வண்டிகளில் வாணிகச் சரக்குகளை ஏற்றிக்கொண்டு செல்லும் இந்தச் சாத்தின் தலைவர்களாக தபுஸ்ஸன், பல்லிகன் என்னும் இரண்டு சகோதரர்கள் இருந்தார்கள். இந்த வாணிகச் சாத்து செல்லும் வழிகெட்டியான தரையாக இருந்தும் வண்டிச் சக்கரங்கள் நகராமல் நின்றன. எருதுகள் வண்டிகளை இழுக்க முடியாமல் இடர்ப்பட்டன. இதைக்கண்ட வணிகர் வியப்படைந்து என்ன காரணம் என்றறியாமல் திகைத்தனர். அப்போது ஒருத்தன் மேல் தெய்வம் ஏறி, பகவன் புத்தர் இராஜாயதன மரத்தின் அடியில் இருப்பதைக்கூறி அவருக்கு உணவு தானம் செய்யும்படிக் கூறிற்று.

தெய்வ வாக்கைக் கேட்ட வணிகத் தலைவர் இருவரும் தேனையும் மாவையும் எடுத்துக்கொண்டு பகவன் புத்தர் எழுந்தருளி யிருந்த இடத்திற்கு வந்தார்கள். வந்து அவரை வணங்கி அவருக்கு அந்த உணவைக் கொடுத்தார்கள். அப்போது அதை ஏற்றுக்கொள்ளப் பகவரிடம் பாத்திரம் ஒன்றும் இல்லை. இவர்கள் கொடுக்கும் உணவைக் கைகளில் பெறக்கூடாது, எதில் பெற்றுக்கொள்வது என்று அவர் சிந்தித்தார். அப்போது அவருடைய சிந்தனையை

அறிந்த சதுர்மகா தேவர்கள் நால்வரும் வந்து நான்கு பாத்திரங்களை அவருக்கு அளித்தார்கள். அப் பாத்திரங்களைப் பெற்றுக்கொண்ட பகவன், அவைகளை ஒன்றின்மேல் ஒன்றாக அடுக்கிவைத்தார். உடனே அப்பாத்திரங்கள் ஒரே பாத்திரமாயின. அப் பாத்திரத்திலே வணிகச் சகோதரர் அளித்த உணவை ஏற்றுக் கொண்டார்.

உணவை உட்கொண்ட பிறகு பகவர், கையையும் பாத்திரத்தையும் கழுவினார். பிறகு அவர்களுக்கு அறநெறியை உபதேசம் செய்தார். அறநெறியைக் கேட்ட வணிகர் மனமகிழ்ச்சியடைந்து பகவரை வணங்கி, "பகவரே! நாங்கள் தங்களிடத்திலும் தங்கள் தர்மத்தினிடத்திலும் அடைக்கலம் அடைகிறோம். எங்களைச் சீடர்களாக ஏற்றுக் கொண்டருள வேண்டும்" என்று வேண்டினார்கள். பிறகு தாங்கள் வணங்குவதற்காக ஏதேனும் பொருளைத் தரும்படி அவரைக் கேட்டார்கள். பகவர் தமது தலையிலிருந்து எட்டுப்பிடி சிகையைப் பிய்த்துக்கொடுத்தார். அவர்கள் அதனை ஏற்றுக் கொண்டு போய் பொற்கிண்ணத்தில் வைத்துத் தாம் பிறந்த தேசத்திலேயுள்ள அசிதஞ்சன நகரத்தில் ஒரு சேதியம் கட்டி அதை அதில் வைத்து வணங்கி வந்தார்கள்.

தபுஸ்ஸன், பல்லிகன் என்னும் இவர்கள் தாம் முதன் முதல் பகவன் புத்தரிடத்தில் இரண்டு சரணங்களை மட்டும் (புத்தர், தர்மம்) கூறிச் சீடரானவர்கள்.

எட்டாவது வாரம்

பிறகு பகவர் இராஜாயதன மரத்தைவிட்டுப் புறப்பட்டு மறுபடியும் அஜபால ஆலமரத்துக்குச் சென்றார். சென்று அவ்விடம் தங்கித் தாம் கண்ட போதி தர்மத்தைப் பற்றிச் சிந்தித்துக் கொண்டிருந் தார். அப்போது, தாம் கண்ட போதி தர்மத்தை உலகத்தவருக்குப் போதிக் காமல் வாளா இருப்பது நலம் என்று அவருக்கு எண்ணம் தோன்றியது. பகவர் எண்ணிய இந்த எண்ணத்தைச் சகம்பதி பிரமன் அறிந்தார். "ஐயோ! உலகம் அழிந்துவிடும். புனிதரான சம்புத்தராகிய ததாகர், தாம் கண்ட அறநெறியை உலகத்திற்குக் கூறாமல்

போனால் உலகம் அழிந்து விடும்" என்று சகம்பதி பிரமன் எண்ணினார்.

உடனே, பிரமலோகத்தைவிட்டுப் புறப்பட்டுத் ததாகதரிடம் விரைந்து வந்தார். வந்து, தமது மேல் ஆடையை எடுத்து ஒரு தோளின் மேல் போட்டுக் கொண்டு, வலது முழங்காலைத் தரையில் ஊன்றி முட்டியிட்டு அமர்ந்து இருகைகளையுங் குவித்துத் தலைமேல் தூக்கித் ததாகதரை வணங்கி இவ்வாறு கூறினார்: "சுவாமி தாங்கள் அருள் கூர்ந்து தர்மத்தை உலகத்துக்குப் போதியுங்கள். பகவன் சம்புத்தர் உலகத்துக்குத் தர்மத்தைப் போதிக்கவேண்டும். இருளினால் மறைக்கப் படாத அறிவுக்கண் படைத்த மக்கள் பலர் உலகத்தில் இருக்கிறார்கள். அவர்கள் அறநெறியைக் கேளாமல் இருந்தால், நிர்வாண மோக்ஷத்தை யடைய மாட்டார்கள். அவர்கள் தர்மத்தை யறிந்துகொள்ளக் கூடியவர்கள். சம்புத்தரால் கண்டுபிடிக்கப்பட்ட தர்மத்தை அவர்கள் கேட்கட்டும்."

இவ்வாறு கூறிய பிரமன் மேலும் கூறுவார்:

"ஓர் ஆள் மலையின்மேல் ஏறி அதன் உச்சியிலேயுள்ள ஒரு பாறையின்மேல் நின்று மலையடியில் உள்ள மனிதரைக் காண்பது போல், ஓ, புத்தரே! உண்மையான மெய்ஞ்ஞானம் என்னும் உயர்ந்த இடத்தில் ஏறியுள்ள தாங்கள், அருள்கூர்ந்து கீழே நோக்கியருளுங்கள். துன்பத்தினால் துக்கப்பட்டு வருந்துகிற மக்களை, பிறந்து இறந்து அல்லல்படுகிற மானிடரை, துக்கத்திலிருந்து நீங்கிய ததாகதரே! அருள் கூர்ந்து நோக்கியருளுங்கள்.

"எழுந்தருளும். ஓ, வீரரே! உலகத்தைச் சுற்றிப் பிரயாணம் செய்த ருளுங்கள். பகவரே! தர்மத்தை உபதேசம் செய்தருளுங்கள். உலகத் திலே தர்மத்தை அறிந்துகொள்ளக் கூடிய மக்களும் இருக்கிறார்கள்."

இவ்வாறு சகம்பதி பிரமன் கூறியதைக் கேட்ட பகவன் புத்தர் கூறினார்: "எனது மனத்திலே இவ்வாறு நினைக்கிறேன். என்ன வென்றால், இந்தத் தத்துவம் கடினமானது. சாதாரண மக்களால் அறிந்து கொள்ள முடியாதது. மனத்திற்குச் சாந்தியை யுண்டாக்கி உயர்நிலையை யடையச் செய்கிற இந்தத் தத்துவம் அறிஞர்களால் மட்டுமே அறியக் கூடியது. ஆகையினாலே, ஆசையில் அழுந்தி, ஆசையில் உழன்று, ஆசையில் மகிழ்ச்சி

கொள்கிற மக்கள் சார்பு வட்டமாகிய நிதானங்களை அறிந்துகொள்ள முடியாது. சமஸ்காரங்களை வென்று ஆசைகளை அடக்கிக் காமத்தை நீக்கிய அறிஞர்களுக்கு மனச்சாந்தியளித்து நிர்வாண மோக்ஷத்தைத் தருகிற இந்தப் போதனைகளைச் சாதாரண உலக மக்கள் அறிந்துகொள்ள மாட்டார்கள். தெரிந்து கொள்ள முடியாதவர்களுக்குப் போதித்து ஏன் வீணாகக் காலங் கழிக்க வேண்டும்?

"பெரிதும் வருந்தி முயன்று கைவரப் பெற்ற இந்தப் போதி ஞானத்தை, உலகப் பற்றுக்களில் அழுந்தியிருக்கிற மக்கள் தெரிந்துகொள்ள மாட்டார்கள். ஆசையிலும் பகையிலும் அழுந்தி அடர்ந்த இருட்டிலே கிடக்கிற மக்கள் இதை அறிந்து கொள்ள மாட்டார்கள். ஆகையால், புத்த தர்மத்தைப் போதிக்காமல் வாளாயிருப்பதுதான் நல்லது."

இதைக்கேட்ட சகம்பதி பிரமன், புத்தரை வணங்கி மீண்டும் கூறினான்: "சுவாமி! போதி தர்மத்தை உலகில் போதித்தருளுங்கள். உலகத்தைச் சுற்றிப் பிரயாணம் செய்து தர்மோபதேசம் செய்தருளுங்கள். பகவன் சம்புத்தரால் கண்டறியப்பட்ட தர்மத்தை மக்கள் கேட்கட்டும். அஞ்ஞான இருளினால் மறைக்கப்படாத ஞானக்கண்ணுடைய மக்களும் உலகத்தில் இருக்கிறார்கள். அவர்கள் தர்மோபதேசத்தைக் கேளாவிட்டால், நிர்வாண மோக்ஷ சுகத்தையடையமாட்டார்கள். பகவரே! கருணை கூர்ந்து போதி ஞானத்தை உலகத்தில் போதித் தருளுங்கள்."

பகவன் புத்தர் முன்போலவே கூறி மறுத்தார். பிரமன் மூன்றாம் முறையும் வணங்கி முன்போலவே, உலகத்தில் தர்மோப தேசத்தைச் செய்தருளும்படி வேண்டினான்.

பிரமனுடைய வேண்டுகோளைக் கேட்டு பகவன் புத்தர், மிகவும் இரக்கமும் அன்பும் உள்ள மனத்தோடு, எல்லாவற்றையும் காண்கிற புத்தஞானக் கண்கொண்டு உலகத்தை நோக்கியருளினார். நோக்கியபோது, மாசுபடியாத அறிவுடையவர்களையும் மாசு படிந்த அறிவுடையவர்களையும், கூரிய அறிவுடையவர்களையும் மங்கிய அறிவுடையவர்களையும், நல்லகுணமுடையவர்களையும் தீயகுணமுடையவர்களையும், போதனையை அறிந்து கொள்ளக் கூடியவர்களையும் அறிந்துகொள்ள முடியாதவர்களையும் கண்டார்.

தாமரை படர்ந்துள்ள பெரிய குளத்திலே நீர்மட்டத்துக்கு மேல் வந்துள்ள முதிர்ந்த தாமரை மொட்டுகள் சூரியக்கிரணம் பட்டவுடன் மலர்ந்து விரிகின்றன. சில மொட்டுகள் சிலநாள் கழித்து முதிர்ச்சி யடைந்தவுடன் சூரியக்கிரணம் பட்டு மலர்கின்றன. இன்னும் சில மொட்டுகள் நீருக்குக் கீழே இருக்கின்றன. அவை வளர்ந்து முதிர்ந்து நீர்மட்டத்துக்கு மேலே வந்து சூரிய கிரணத்தினால் மலர்ச்சியடைகின்றன. இதுபோல, பகவன் புத்தர், ஞானக்கண் கொண்டு உலகத்தைப் பார்த்தபோது அறிவு நிரம்பிய மனிதரும், சற்று அறிவு மழுங்கிய மக்களும், மற்றும் அறிவு குன்றிய மக்களும், அறிவே இல்லாத மக்களும் இருப்பதைக் கண்டார். அவர்கள் அறிவுக்கண் பெற்றால் ஞானத்தை யறியும் ஆற்றல் பெறுவார்கள் என்பதையும் அறிந்தார்.

இவ்வாறு கண்ட பகவன் புத்தர், சகம்பதி பிரமனைப் பார்த்து இவ்வாறு கூறினார்: "அறநெறியை அறிந்து கொள்ளுகிறவர்களுக்கு அழியாத்தன்மையுள்ள நிர்வாண மோக்ஷத்தின் கதவு நன்றாகத் திறக்கப்பட்டிருக்கிறது. காதுடையவர்கள் கேட்கட்டும். இனியதும் நல்லதும் ஆகிய அறநெறியை, நான் போதிக்காமல் இருக்க எண்ணிய தர்மத்தை, உலகத்திலே போதிக்கப் போகிறேன்."

பகவன் புத்தர், உலகத்திலே தர்மோபதேசம் செய்ய உடன்பட்ட ருளியதையறிந்த சகம்பதி பிரமன் மிகவும் மனம் மகிழ்ந்து, பகவரை வணங்கி வலம்வந்து தமது பிரமலோகத்துக்குப் போய்விட்டார்.

கேட்பவர் யார்?

அதன் பின்னர், பகவன் புத்தர், "முதன் முதலாக யாருக்கு உபதேசம் செய்யலாம். உபதேசத்தைத் தெரிந்து கொள்ளக்கூடியவர் யார்?" என்று தமக்குள் யோசித்தார். அப்போது, ஆலார காலாமர் என்னும் முனிவர் தம்முடைய உபதேசத்தை அறிந்து கொள்ளக் கூடியவர் என்று கண்டு, அவர் இப்போது எங்கிருக்கிறார் என்று ஞானக் கண்ணால் பார்த்தபோது, அவர் இறந்து இப்போது ஒருவாரம் ஆகிறது என்பதை அறிந்தார். பின்னர், வேறு யாருக்கு உபதேசம்

செய்யலாம் என்று சிந்தித்தபோது, உத்ரகர் என்னும் முனிவர் தர்மோபதேசத்தைத் தெரிந்து கொள்ளக்கூடியவர் என்பதைக் கண்டு, அவர் இப்போது எங்கிருக்கிறார் என்று பார்த்தபோது, நேற்று இரவுதான் அவர் காலமான செய்தியை ஞானக் கண்ணினால் அறிந்தார்.

பின்னர், வேறு யாருக்கு உபதேசம் செய்யலாம் என்று சிந்தித்த போது, முன்பு தம்முடன் தமது சீடராக இருந்த கொண் டஞ்ஞர் முதலிய ஐந்து தாபசகர்கள் போதிக்கத்தக்கவர்கள் என்று கண்டு, அவர்கள் இப்போது எங்கிருக்கிறார்கள் என்று பார்த்த போது, வாரணாசி (காசி) நகரத்திலே இஸிபதனம் என்னும் இடத்தில் இருக்கிறதை அறிந்து அவ்விடம் போக எண்ணினார்.

அந்த ஐந்து தாபசகர்களை நாடிப் பதினெட்டு யோசனை தூரத்தில் உள்ள காசிமாநகரத்திற்குச் செல்லக் கால்நடையாக நடக்கத் தொடங்கினார்.

உபகரைச் சந்தித்தல்

காசியை நோக்கி நடந்தபோது கயா என்னும் இடத்தருகிலே உபகர் என்னும் பெயருள்ள ஆஜீவகத்துறவி எதிர்ப்பட்டார். அவர் பகவன் புத்தரைப் பார்த்து, "முனிவரே! தங்களுடைய கண் முதலான பொறிகள் மிகத் தூயனவாக இருக்கின்றன. உடம்பின் நிறமும் பொன் மயமாக இருக்கிறது. தாங்கள் யாரிடத்தில் துறவு பெற்றீர்கள்? தங்கள் குருநாதன் யார்? யாருடைய உபதேசத்தைப் பின்பற்றுகிறீர்கள்?" என்று கேட்டார்.

அப்போது பகவன் புத்தர் அவருக்கு இவ்வாறு விடை யளித்தார்: "நான் எல்லாப் பகைகளையும் வெற்றி கொண்டேன். நான் எல்லா வற்றையும் அறிந்தேன். நான் எல்லாவிதத்திலும் குற்றமற்றவன், எல்லா வற்றையும் துறந்தவன். ஆசைகளை நீக்கி உயர்ந்த நிலையை அடைந் துள்ளேன். நானே முயன்று போதியை யடைந்தபடியினாலே, யாரை எனது குருநாதன் என்று கூறுவது? எனக்குக் குருநாதன் இல்லை. மண் ணுலகத்திலும் விண்ணுலகத்திலும் எனக்கு நிகரானவர் இலர். இவ் வுலகத்திலே நான் பரிசுத்தமானவன், சம்புத்த பதவியை

யடைந்தவன். ஆசைகளை அறுத்தபடியினாலே சாந்தியடைந்து நிர்வாண மோக்ஷத்தைப் பெற்றிருக்கிறேன். சத்தியலோகம் என்னும் இராச்சியத்தை நிறுவுவதற் காக வாரணாசி நகரத்திற்குப் போகிறேன். இந்த இருண்ட உலகத்திலே இறவாமை என்னும் முரசைக் கொட்டப் போகிறேன்."

இதனைக் கேட்ட உபகர், "முனிவரே! தங்களைப் பரிசுத்தரான உயர்ந்த அனந்தஜினன் என்று சொல்லிக் கொள்கிறீரா?" என்று கேட்டார்.

"எல்லா ஜினர்களும் என்னைப் போன்றே[5] ஆசவங்களை அவித்தவர்கள். நான் எல்லாப் பாவங்களையும் வென்றவன். ஆகையினாலே, உபகரே! நான் அனந்தஜினன்தான்" என்று பகவன் புத்தர் கூறினார்.

இதனைக்கேட்ட ஆஜீவகராகிய உபகர், "முனிவரே! அப்படியும் இருக்கலாம்" என்று கூறித் தலையை யசைத்துத் தெற்கு நோக்கிச் சென்றார்.

பகவன்புத்தர் வடக்கு நோக்கிக் கயா தேசத்தைக் கடந்து உரோகிதவத்து, உருவில்லாகல்பம், அனாலயம், சாரதிபுரம் முதலான இடங்களையும் கங்காநதியையும் கடந்து வாரணாசி நகரத்திற்குப் போனார். அன்று ஆஷாட பௌர்ணமி நாள்.

இஸிபதனம் சேர்தல்

மாலை வேளை. பகவன் புத்தர் வாரணாசி நகரத்தின் அருகில் இருந்த இஸிபதனம் என்னும் தோட்டத்திற்குச் சென்றார். அங்கு இருந்த ஐந்து துறவிகள் — இவர்கள் உருவேல ஆசிரமத்தில் போதிசத்துவரின் சீடராக இருந்து பிறகு அவரைவிட்டுப் போனவர்கள் — தூரத்தில் வருகிற பகவன் புத்தரைப் பார்த்தார்கள். பார்த்துத் தங்களுக்குள் இவ்வாறு பேசிக் கொண்டார்கள். "அதோ கௌதமர் வருகிறார். கடுமையான தபசை நீக்கிச் சுகவாழ்க்கையை மேற்கொண்ட கௌதம முனிவர் வருகிறார். அவர் வந்தால் நாம் அவரை வணங்கக் கூடாது. எழுந்து நின்று மரியாதை செய்தல்கூடாது. ஆனால், ஒரு ஆசனத்தை மட்டும் விட்டுவைப்போம். அவருக்கு விருப்பம் இருந்தால் அதில் உட்காரட்டும்."

பகவன் புத்தர் அவர்களுக்கு அருகில் வந்தபோது, அந்த ஐந்து துறவிகளும் தமக்குள் பேசிக்கொண்டபடி இருக்கவில்லை. அவர்கள் எழுந்து சென்று பகவரை எதிர்கொண்டழைத்தார்கள். ஒருவர், அவர் கையிலிருந்த பாத்திரத்தையும் துணியையும் வாங்கினார். ஒருவர், இருக்க ஆசனம் கொடுத்தார். இன்னொருவர் கை கால் கழுவ நீரும், துடைக்கத் துணியும் கொண்டு வந்தார். பகவன் புத்தர் அமர்ந்து கால் கழுவிக் கொண்டார்.

பிறகு அவர்கள் பகவரைப் பெயரிட்டழைத்தும் நண்பரே என்று விளித்தும் பேசினார்கள். இவ்வாறு அவர்கள் நண்பர் என்றும் கௌதமர் என்றும் அழைத்ததைக் கேட்ட பகவர், "பிக்குகளே, ததாகதரை நண்பர் என்றும் கௌதமர் என்றும் அழைக்காதீர்கள். ததாகதர் பௌத்திரமான சம்புத்தராவார். பிக்குகளே! செவி கொடுத்துக் கேளுங்கள். பிறவாத நிலை கைவரப் பெற்றேன். உங்களுக்குத் தர்மத்தை உபதேசிப்பேன், உயர்குடியிற் பிறந்தவர்கள் எதை அடைவதற்காக இல்லறத்தை விட்டுத் துறவுபூண்டு தபசு செய்கிறார்களோ அந்தப் பரிசுத்த மான உயர்ந்த வாழ்க்கை நீங்கள் அடைவீர்கள் அந்த வழியை உங்களுக்குப் போதிக்கிறேன். வாருங்கள்" என்று கூறினார்.

இவ்வாறு சொல்லக்கேட்ட ஐந்து துறவிகளும், "தாங்கள் மேற்கொண்ட இந்த வாழ்க்கையினாலே இந்தத் தபசினாலே, உயர்ந்த ஆற்றலைத் தாங்கள் அடைய முடியாது. தாங்கள் மேற்கொண்ட வாழ்க்கையினாலே, ஆத்தும வளர்ச்சியை யடைய முடியாது. தாங்கள் கடுந்தபசைக் கைவிட்டு உணவை உட்கொண்டு வாழ்கிறீர்கள். இவ்வித வாழ்க்கையினாலே, ஆத்தும உணர்வையும் பரிசுத்தமான உயர்ந்த ஞானத்தையும் எவ்வாறு பெறக் கூடும்?" என்று கேட்டனர்.

பகவன் புத்தர் இவ்வாறு கூறினார்: "ஓ, பிக்குகளே! ததாகதர் சுக போக வாழ்க்கை வாழவில்லை. தபசைக் கைவிடவும் இல்லை. ததாகதர் பௌத்திரமான சம்புத்தராவார். இறவாமை என்னும் பதவியைக் கைவரப் பெற்றவராவர். ததாகதர் காட்டும் வழியிலே நீங்கள் நின்று ஒழுகுவீர்களானால், நீங்கள் விரைவிலே உண்மையைக் கண்டு அறிந்து உணர்ந்து அதனை நேருக்கு நேராகக் காண்பீர்கள்."

ஐந்து துறவிகளும் பகவர் கூறியதை நம்பவில்லை. முன் போலவே அவர்கள் தங்கள் ஐயப்பாட்டைக் கூறித் தெரிவித்தார்கள். பகவன் புத்தர் மூன்றாம் முறையும் மேலே கூறியதுபோலவே அவர்களுக்குக் கூறினார். மூன்றாம் முறையும் முனிவர்கள் நம்பாமல் தங்கள் ஐயத்தைத் தெரிவித்தார்கள்.

துறவிகள், தம்மிடம் நம்பிக்கைக் கொள்ளாததை அறிந்த பகவன் புத்தர் அவர்களைப் பார்த்து, "பிக்குகளே! இதற்கு முன்பு எப்போ தாவது இதுபோன்று ததாகதர் பேசியது உண்டா?" என்று கேட்டார்.

"தாங்கள் இதுபோன்று முன்பு எப்போதும் பேசியதில்லை" என்று அவர்கள் ஒப்புக்கொண்டார்கள்.

"ஓ, பிக்குகளே! ததாகதர் பரிசுத்தமான உயர்ந்த சம்புத்தர். பிக்குகளே! ததாகதருக்குச் செவி கொடுத்துக் கேளுங்கள்; கேட்பீர்க ளானால் கிடைத்தற்கரிய நிர்வாணமோக்ஷ இன்பத்தை யடையப் பெறுவீர்கள்" என்று ததாகதர் கூறினார்.

அப்போது முனிவர்கள் பகவர்மீது நம்பிக்கை கொண்டார்கள். அவருடைய உபதேசத்தைச் செவி சாய்த்துக் கேட்க இணங்கினார்கள்.

முதல் தர்மோபதேசம்

சூரியன் மேற்கில் சென்றான். பூக்களில் தேனை யுண்டு மகிழ்ந்த தேனீக்களும் வண்டுகளும் ரீங்காரம் செய்து பறந்து கொண்டிருந்தன. மரக்கிளைகளில் மயில்கள் அமர்ந்திருந்தன. குயில்கள் இனிமையாகக் கூவின. மான் கூட்டங்கள் அமைதியாக உலவின. இசிபதனம் (மான் வனம்) என்னும் அந்தத் தோட்டம் அமைதியாகவும் அழகாகவும் விளங்கிற்று. கொண்டஞ்ஞர், பத்தியர், வப்பர், மகாநாமர், அஸ்ஸஜி என்னும் பெயருள்ள ஐந்து முனிவர்களும் தமது ஆசிரமத்துக்கு வெளியே வந்து அமர்ந்தார்கள்.

பகவன் புத்தர் அவர்களுக்கு எதிரிலே உயர்ந்த ஆசனத்தில் அமர்ந்தார். அப்போது தேவர்களும் பிரமர்களும் யக்ஷர்களும் அவ் விடம் வந்து அமர்ந்தார்கள். ஓசை அடங்கி அமைதியாக இருந்தது. பறவைகளும் விலங்குகளும் தத்தம் ஓசையை

அடக்கிக்கொண்டு தத்தம் இடத்திலிருந்தே பகவன் புத்தர் உபதேசிக்கும் இனிய குரலைக் கேட்டன. புத்தர் பெருமான் ஐந்து தாபதர்களையும் விளித்து இவ்வாறு திருவாய் மலர்ந்தருளினார்:

"பிக்குகளே! துறவிகள் விலகவேண்டிய இரண்டு எல்லைகள் உள்ளன. மாறுபட்ட இந்த இரண்டு எல்லைகள் எவை என்றால், காம சுகல்லிகானுயோகம், அத்தகில மதானுயோகம் என்பன. காமசுகல்லி கானு யோகம் சிற்றின்ப சுகத்தை அனுபவிக்கிறது. இது இழிவும் தாழ்வும் விகாரமும் உள்ளது; இறுதியிலே தீமை பயப்பது. அத்தகில மதானுயோகம் என்பது, உடம்பை அதிகமாக வாட்டி ஒடுக்கி அடக்கித் துன்பங் கொடுப்பது; இதுவும் இறுதியில் யாதொரு பயனையும் கொடாமல் வீணாகப் போகிறது. பிக்குகளே! இந்த இரண்டு எல்லைகளையும் நீக்கி இடைவழியான ஒரு நெறியைத் ததாகதர் கண்டுபிடித்திருக்கிறார்.

"இந்த நெறியானது நல்லறிவையும் நற்காட்சியையுங் கொடுத்து ஞானத்தையும் சம்புத்தியையும் நிர்வாண மோக்ஷத்தையும் அளிக்கிறது. ததாகதரால் கண்டறியப்பட்ட அந்த வழி யாது? அதுதான் எட்டுநெறி என்று கூறப்படும் அஷ்டாங்கயோகம் என்பது. அவை:

1. **ஸம்மா திட்டி — நற்காட்சி.**
2. **ஸம்மா ஸங்கப்போ — நல்லெண்ணங்கள்**
3. **ஸம்மா வாசா — நல்வாய்மை**
4. **ஸம்மா கம்மந்தோ — நற்செய்கை**
5. **ஸம்மா ஆஜீவோ — நல்வாழ்க்கை**
6. **ஸம்மா வியாயாமோ — நன் முயற்சி**
7. **ஸம்மா ஸதி — நற்கடைப்பிடி**
8. **ஸம்மா ஸமாதி — நற்றியானம்.**

"பிக்குகளே! இவைதாம் ததாகதர் கண்டறிந்த மத்திம வழி. இது ஞானத்தையும், அமைதியையும் (சாந்தியையும்), சம்புத்தியையும், நிர்வாண மோக்ஷத்தையும் அளிக்கிறது."

"பிக்குகளே! நான்கு சத்தியங்கள் (வாய்மைகள்) உள்ளன. அவையாவன:"

துக்க சத்தியம்:

"பிக்குகளே! பிறப்பு துன்பமானது. மூப்பு துன்பமானது. நோய் துன்ப மானது. இறப்பு துன்பமானது. நம்மால் வெறுக்கப்படும் பொருள்கள் துன்பந் தருகின்றன. நாம் விரும்பிய பொருள் கிடைக்காமற் போனால் துன்பம் உண்டாகிறது. சுருங்கக் கூறினால், ஐம்புலன்களினாலே உண்டாகிற ஆசைகளினாலே துன்பங்கள் உண்டாகின்றன."

துக்கோற்பத்தி சத்தியம் (சமுதய சத்தியம்):

"பிக்குகளே! பிறப்புக்குக் காரணமாகிற வேட்கைகளும் அவற்றோடு தொடர் புடைய காமசுகங்களும் ஆசைகளும் துக்கத்தைத் தருகின்றன. இவை காமதிருஷ்ணா (சிற்றின்பத்தில் ஆசை), பவதிருஷ்ணா (வாழ்க்கையில் ஆசை), விபவதிருஷ்ணா (செல்வங்களில் ஆசை) என்று மூன்று வகைப்படும். இவை சமுதய சத்தியம் எனப்படும்."

துக்கநிவர்த்தி சத்தியம் (நிரோத சத்தியம்):

"பிக்குகளே! அவா என்னும் வேட்கையை அடியோடு நீக்க வேண்டும். அவாவை மனம் வாக்குக் காயங்களினால் நிகழாமல் தடுக்க வேண்டும். அவாவை நீக்குவதே துக்க நிவர்த்தி (நிரோத சத்தியம்) என்று கூறப்படும்."

நிவர்த்தி மார்க்கம் (மார்க்க சத்தியம்):

"பிக்குகளே! நற்காட்சி, நல்லெண்ணம், நல்வாய்மை, நற் செய்கை, நல்வாழ்க்கை, நன்முயற்சி, நல்கடைப்பிடி, நற்சமாதி என்னும் இவை எட்டும் துக்க நிவாரண மார்க்கம் எனப்படும்."

துக்கசத்திய ஞானம்:

"இதற்கு முன்பு ஒருவராலும் கண்டறியப் படாத துக்க சத்தியம் என்கிற ஞானம் எனக்குத் தோன்றியது. பிறகு இந்த ஞானத்தை அறிய வேண்டும் என்னும் கிருத்திய

ஞானம் உண்டாயிற்று. இதனை ஆராய்ந்து அறிந்தபிறகு, துக்க சத்தியத்தை நன்றாக அறிந்தேன் என்கிற கிருதஞானம்[6] தோன்றியது.

சமுத சத்தியத்தில் சத்தியஞானம்:

"பிக்குகளே! பிறகு, துக்க சமுதய சத்தியம் என்னும் ஞானம் தோன்றியது. அதை நன்கு அறிய வேண்டும் என்னும் கிருத்திய ஞானம் தோன்றி, அந்தச் சமுதய சத்தியத்தை (திருஷ்ணையை) நீக்க வேண்டும் என்னும் ஞானம் தோன்றியது. பின்னர் அந்தச் சமுதயத்தை (திருஷ்ணையை) நான் நீக்கிவிட்டேன் என்கிற கிருதஞானம் தோன்றியது."

நிரோத சத்தியத்தில் சத்தியஞானம்:

"இந்த நிரோத சத்தியத்தை ஆராய்ந்தபோது நிர்வாணம் என்கிற ஞானம் தோன்றியது. இதனால், நிரோத சத்தியத்தை அறிய வேண்டும் என்னும் கிருத்திய ஞானம் தோன்றி, அதனை ஆராய்ந்து பார்த்து, இந்த நிரோத சத்தியத்தை அடைந்தேன் என்னும் கிருதஞானம் தோன்றியது."

மார்க்க சத்தியத்தில் சத்தியஞானம்:

"பிக்குகளே! பிறகு மார்க்க சத்தியம் என்னும் ஞானம் உண்டாயிற்று. இந்த மார்க்க சத்தியத்தை நன்றாய் அறிய வேண்டும் என்னும் கிருத்திய ஞானம் உண்டாகி, அதனை நன்கு ஆராய்ந்து பார்த்த பிறகு, துக்கங்களை வெல்லும் மார்க்க சத்தியத்தை யடைந்தேன் என்னும் கிருத ஞானம் தோன்றியது."

"பிக்குகளே! இவ்வாறு சத்தியஞானம், கிருத்திய ஞானம், கிருதஞானம் என்னும் மூன்றையும் நான்கு சத்தியத்துடன் பொருத்திப் பார்க்கிறபோது பன்னிரண்டுவிதமான ஞானம் எனக்குத் தோன்றியது. இந்த ஞானம் எனக்குத் தோன்றாமல் இருந்த காலத்தில், தேவர், பிரமர், மாரர் இருக்கிற அந்த உலகத்திலும், சிரமணரும் பிராமணரும் இருக்கிற இந்த உலகத்திலும், நான் சாமா சம்போதியை அடைந்ததாகச் சொல்லிக் கொள்ள வில்லை."

“சத்தியஞானம், கிருத்தியஞானம், கிருதஞானம் என்கிற மூன்றையும் நான்கு சத்தியத்தோடு பொருத்திப் பார்க்கிறபோது பன்னிரண்டு விதமாக இருக்கிற இந்தத் தத்துவ ஞானத்தை நான் எப்போது அறிந்தேனோ அப்போது, தேவர், பிரமர், மாரர் இருக்கிற அந்த உலகத்திலேயும், சிரமணர் பிராமணர் இருக்கிற இந்த உலகத்திலேயும், நான் சம்மா சம்போதியை யடைந்தேன் என்று எல்லோருக்கும் கூறினேன்.

“இந்த ஞானம் எனக்குத் தோன்றியபோது, ‘நான் அடைந்த சம்போதி ஞானம் அழியாதது; இதுவே என்னுடைய கடைசிப் பிறப்பு; இனி நான் பிறக்கமாட்டேன்’ என்கிற மனவுறுதி ஏற்பட்டது.”

இந்த உபதேசத்தைக் கேட்ட பிறகு கொண்டஞ்ஞர் என்னும் பிக்குவுக்கு அறிவுக் கண் திறந்து அவர் ஸ்ரோதாபத்தி ஞானம் அடைந்தார்.

வாரணாசி நகரத்திலே இசிபதனத்திலே பகவன் புத்தர் திருவாய் மலர்ந்தருளிய இந்தத் தர்மோபதேசத்தைக் கேட்ட போது தேவர்களும் பிரமர்களும் முனிவர்களும் சிரமணர்களும் பிராமணர்களும் சந்தோஷ ஆரவாரம் செய்து, ‘இது உண்மை, இது சத்தியம்’ என்று கூறினார்கள். இந்தச் சந்தோஷ ஆரவாரம் இம் மண்ணுலகத்தைக் கடந்து பிரம லோகம் வரையில் சென்றது. சக்கரவாளம் அசைந்து அதிர்ந்தது. தேவர்களின் தெய்வீக ஆற்றலினால் உண்டாகிற ஒளியையும் மங்கச் செய்கிற, ஆற்றல் மிக்க ஒரு பெரிய தெய்வீக ஒளி உலகம் எங்கும் தோன்றியது.

அப்போது பகவன் புத்தர், “உண்மையாகவே பிக்கு கொண்டஞ்ஞர் இதை அறிந்துகொண்டார்” என்று திருவாய் மலர்ந்தருளினார். அதுமுதல் பிக்கு கொண்டஞ்ஞருக்கு அஞ் ஞா கொண்டஞ்ஞர் (ஞானம் பெற்ற கொண்டஞ்ஞர்) என்னும் பெயர் ஏற்பட்டது.

இரண்டாம் நாள் வப்ப முனிவரும், மூன்றாம் நாள் பத்திய முனிவரும், நான்காம் நாள் மகாநாம முனிவரும் ஐந்தாம் நாள் அஸ்ஸஜி முனிவரும் தர்மோபதேசம் கேட்டு ஸ்ரோதாபத்தி பலன் அடைந்தார்கள். இவர்கள் புத்தரிடம் பிக்கு ஆனார்கள். பகவன் புத்தர் அவர்களை நோக்கி, “பிக்குகளே! இங்கு வாருங்கள்: தர்மம் நன்றாக உபதேசிக்கப்பட்டது. எல்லாத்

துன்பங்களையும் அழித்து, உயர்நிலை பெறுவதற்காகச் சுத்தமான பிரமசரியத்தை அனுசரிப்பீர்களாக!" என்று கூறி அவர்களைச் சங்கத்தில் சேர்த்தார். அப்போது இந்த ஆறுபேர்களே பௌத்தமதத்தில் இருந்தார்கள்.

பிறகு ஒரு நாள், பகவன் புத்தர் கொண்டஞ்ஞர் முதலாக ஐந்து பிக்குகளுக்கு அனாத்ம இலக்கணச் சூத்திரத்தை உபதேசம் செய்தார். அதன் சுருக்கம் வருமாறு:— "பிக்குகளே! ரூபம் (உடம்பு) ஆன்மா அல்ல. நமக்கு உள்ள இந்த உருவம் ஆன்மாவாக இருந்தால், இதற்கு வியாதிவரக் கூடாது. எல்லோரும் தங்கள் உருவத்தைப் பற்றி இப்படி இருந்தால் நல்லது; இப்படி இருக்கக்கூடாது என்று நினைக்கிறார்கள். ஆனால், அவரவர் நினைப்பது போல உருவம் அமைவது இல்லை."

வேதனை ஆன்மா அல்ல. சஞ்ஞா, சம்ஸ்காரம், விஞ் ஞானம் என்பவைகளும் ஆன்மா அல்ல என்பதைப் பற்றியும் தேகத்தைப் பற்றிக் கூறியது போலவே விளக்கிக் கூறினார். பிறகு பகவன் புத்தர் பிக்குகளைப் பார்த்து, "பிக்குகளே! உருவம் (உடம்பு) நித்தியமா, அநித்தியமா? நிலைபெற்றிருப்பதா, அழிந்து விடுவதா?" என்று வினவினார்.

பிக்குகள், "தேகம் (உருவம்) அநித்தியமானது; அழிந்துவிடக் கூடியது" என்று விடை கூறினார்கள்.

பகவன் புத்தர்:

"அநித்தியமான, அழிந்துவிடுகிற பொருள் துக்கத்தைத் தருமா, சுகத்தைத் தருமா?"

பிக்குகள்:

"பகவரே! அது துன்பத்தைத் தருவது."

பகவன் புத்தர்:

"ஒரு பொருள் அநித்தியமானதாகவும் துன்பத்தைக் கொடுக்கிறதாகவும், மாறுதல் அடைந்து கொண்டிருக்கிறதாகவும் இருந்தால் அதைக் கண்டு 'இது நான், இது என்னுடையது, இது நானே' என்று நினைப்பது சரியா?"

பிக்குகள்:

"அப்படி நினைப்பது சரியல்ல"

பின்னர் வேதனை, சஞ்ஞா, சம்ஸ்காரம், விஞ்ஞானம் என்கிற மற்ற நான்கு ஸ்கந்தங்களைப் பற்றியும் பகவன் புத்தர் மேற்கண்டபடி கேள்விகள் கேட்க, பிக்குகள் மேற்கண்டபடி விடை கூறினார்கள். அப்போது பகவன் புத்தர் அருளிச்செய்தார்: "ஆகையினாலே, பிக்குகளே! இறந்தகாலம் நிகழ்காலம் எதிர்காலம் என்னும் முக் காலத்திலும் அகத்திலும் புறத்திலும் கம்பீரத் துடனும் கம்பீரம் இல்லாமலும் தாழ்ந்ததாகவும் உயர்ந்ததாகவும் அண்மையிலாயினும் சேய்மையிலாயினும் ஏதாவது ஒரு உருவம் (தேகம்) இருந்தால், அது நான் அன்று, அது என்னுடையதன்று, அது என்னுயிர் அன்று என்று நன்றாகவும் சரியாகவும் அறிவினால் ஆராய்ந்து பார்க்கவேண்டும்."

"இவ்வாறே வேதனை, ஸஞ்ஞா, சம்ஸ்காரம், விஞ் ஞானம் என்கிற நான்கைப் பற்றியும் நன்றாகவும் சரியாகவும் அறிவினால் ஆராய்ந்து பார்க்க வேண்டும்."

"பிக்குகளே! இப்படி ஆராய்ந்து பார்க்கிற அறிவு பெற்றவர்கள் ரூபத்தைப் பற்றியும் வேதனையைப் பற்றியும் சம்ஸ்காரத்தைப் பற்றியும் விஞ்ஞானத்தைப் பற்றியும் இவ்வாறு ஆராய்ந்து பார்த்து உண்மையைக் காண்பார்கள். உண்மையைக் கண்டவர்கள் ஆசையை விட்டுவிடுவார்கள். ஆசையை அறுப்பதினாலே, கிலேசங்களில் (துன்பங்களில்) இருந்து நீங்கிய மனத்தைப் பெறுவார்கள். அவ்வாறு மன மாசு நீங்கியவர்கள் அனாத்மவாத அறிவைப்பெற்று, செய்யவேண்டிய நன்மைகளையெல்லாம் செய்து முடித்தேன். இனி எனக்கு மறுபிறப்புக் கிடையாது. இந்த அர்ஹந்தாவைப் பற்றிச் செய்யவேண்டியது வேறொன்றுமில்லை" என்று ஞானக் கண்ணாலே அறிந்து கொள்வார்கள்.

பகவன் புத்தருடைய இந்தப் போதனையைக் கேட்ட போது ஐந்து பிக்குகளும் எல்லாவித கிலேசங்களையும் வென்று அர்ஹந்த பலனை அடைந்தார்கள்.

நாலக சூத்திரம்

பிறகு ஒரு நாள் நாலக முனிவர் பகவன் புத்தரிடம்வந்தார். இந்த நாலக முனிவர், புத்தர் குழந்தையாயிருந்தபோது தீர்க்க

தரிசனம் கூறின அசித முனிவரின் மருகன். அசிதமுனிவரின் ஆணைப்படி, துறவு பூண்டு இமயமலைச் சாரலில்சென்று தவம் செய்திருந்தார். சித்தார்த்த குமரன் புத்த பதவி யடைந்திருக்கிறார் என்பதை அறிந்து அவரிடம் உபதேசம் பெறுவதற்காக நாலக முனிவர் இமய மலையிலிருந்து பகவன் புத்தரிடம் வந்தார். வந்து வணங்கி அவரிடம் உபதேசம் கேட்டார். பகவன் புத்தர், நாலக முனிவருக்கு மோனெய்ய விரதத்தை உபதேசித்தார். (இந்த உபதேசத்தைச் சூத்திர பிடகத்திலே நாலக சூத்திரத்தில் காணலாம்.) இவ்வுபதேசத்தைப் பெற்ற நாலக முனிவர் மீண்டும் இமய மலைக்குச் சென்று, பகவன் புத்தர் உபதேசப்படி இருந்து ஏழு திங்களுக்குப் பிறகு உயர்ந்த நிலையைப் பெற்றார்.

யசபுத்திரனுக்கு உபதேசித்தல்

அக்காலத்திலே காசி நகரத்திலே மிக்க செல்வந்தனான தனபதி யின் மகன் யசகுலபுத்திரன் இன்பசுகங்களை அனுபவித்துக் கொண்டிருந்தான். அவன் ஒரு நாள் விடியற்காலையில் விழித்துக் கொண்டு பார்த்த போது மகளிரின் இருப்பைக்கண்டு, சித்தார்த்த குமரன் இல்லறத்தில் வெறுப்புக்கொண்டது போல, வெறுப்புக் கொண்டு மாளிகையைவிட்டுப் புறப்பட்டுவந்தான். வந்தவன் புத்தர் எழுந்தருளியிருக்கும் இசிபதனத்தை அடைந்தான். அப்போது விடியற்காலம் ஆகையால் பகவன் புத்தர் ஆசனத்தில் அமர்ந்து ஞானக்கண்ணி னாலே உலகத்தைப் பார்த்துக் கொண்டிருந்தார். யசகுல புத்திரன் வரப் போவதையும் வந்து அறநெறி கேட்டுத் துறவுகொள்ளப் போவதையும் அறிந்தார்.

அப்போது யசகுல புத்திரன் பகவரிடம் வந்து வணங்கினான். பகவர் அவனை உட்காரச் சொல்ல அவனும் அமர்ந்தான். அவனுடைய பக்குவ நிலையை யறிந்த பகவர் தானங் கொடுப்பதனாலும் சீலம் அனுஷ்டிப்பதனாலும் கிடைக்கும் பயன்களையும் இவற்றினாலே கிடைக்கும் உயர்ந்த இன்ப சுகங்களையும் கூறினார். சிற்றின்பச் சுகங்கள் குற்றம் உள்ளவை; கீழானவை; அசுத்தமானவை என்பதை விளக்கி, உத்தமமான உயர்ந்த் நிலையை அடைய வேண்டும் என்று உபதேசம் செய்தார்.

இதனைக் கேட்ட யசகுல குமாரனுடைய மனம் விளக்க மடைந்தது. அப்போது பகவன் புத்தர், துக்கம், துக்கோற்பத்தி, துக்க நிவாரணம், துக்க நிவாரண மார்க்கம் என்னும் நான்கு உண்மைகளை விளக்கமாகப் போதித்தார். தூய்மையான வெள்ளைத் துணியில் சாயம் நன்றாகப் பற்றுவதுபோல, யசகுலபுத்திரன் மனத்தில் நான்கு உண்மைகளும் மிக நன்றாகப் பதிந்தன. அதனால் அவன் ஸ்ரோதாபத்தி பலன் அடைந்தான்.

முதல் உபாசகர்

யசகுல புத்திரனுடைய தாயார், மாளிகையிலே புத்திரனைக் காணாமல், தன் பதியாகிய தனபதிக்கு அறிவித்தாள். தனபதியும் மகனைத் தேடுவதற்காக நான்கு திசைகளிலும் குதிரைச் சேவகரை அனுப்பித் தானும் அவனைத் தேடப்புறப்பட்டான். தனபதி, தன் மகனுடைய பொற் பாதரட்சையின் அடிச்சுவடுகளைக் கண்டு அதன் வழியே தொடர்ந்து சென்றான். அந்த அடிச்சுவடு இசிபதன ஆராமத்தில் சென்று விட்டது. பகவன் புத்தர், தனபதி தன் மகனைத் தேடிக்கொண்டுவருவதைத் தூரத்திலேயே கண்டு, தமது இருத்தி யினாலே தனபதி தன் மகனைக் காணாதபடி செய்துவிட்டார்.

தனபதியும் ஆராமத்தை யடைந்து பகவன் புத்தரிடம்போய் வணங்கி "சுவாமிகளே! சற்று முன்பு இந்தப்பக்கம் வந்த யச புத்திரனைப் பகவர் கண்ட துண்டா?" என்று கேட்டான்.

"யசபுத்திரனைக் காண்பதற்கு விருப்பமாக இருந்தால், தனபதியே! இங்குச் சற்று அமர்க. யசபுத்திரனை இங்குப் பார்க்கலாம்" என்று அருளிச் செய்தார் பகவர்.

தனபதி, தன் மகன் இங்கு இருப்பதை அறிந்து கவலை நீங்கி மகிழ்ச்சி கொண்டான். அப்போது பகவன் புத்தர் செல்வம், தானம், பயன், தானத்தின் புண்ணியம் பாவம் முதலியவைகளைப் பற்றித் தனபதிக்கு உபதேசம் செய்தார். உபதேசத்தின் கடைசியிலே தனபதி ஸ்ரோதாபத்தி பலன் அடைந்தார். பிறகு, தனபதி புத்த தன்ம சங்கம் என்னும் மும்மணியைச் சரணம் அடைந்து பௌத்தரானார்.

உலகத்திலே மும்மணிகளைச் சரணம் அடைந்த முதல் உபாசகன், யசகுல புத்திரனுடைய தந்தையான காசி நகரத்துத் தனபதியே ஆவார்.

தன் தந்தைக்குப் பகவர் போதித்த தர்மோபதேசத்தைக் கேட்டுக் கொண்டிருந்த யசகுலபுத்திரன் ஞானம் பெற்று எல்லாக் கிலேசங் களையும் வென்று அர்ஹந்த நிலையையடைந்தார். அதாவது, இல்லறத்தைவிட்டுத் துறவுகொள்ளும் நிலையை யடைந்தார். அப்போது பகவர் யசகுல புத்திரனைத் தனபதி காணும்படிச் செய்தார்.

தன் மகனைக்கண்டு மகிழ்ச்சி யடைந்த தனபதி, மகனைப் பார்த்து “அருமை மகனே! உன்னுடைய தாயார் உன்னைக் காணாமல் அழுது புலம்பிக் கொண்டிருக்கிறாள். நீ வந்தால் அவள் உயிர் பிழைப்பாள். உடனே வா” என்று அழைத்தார். யச புத்திரன் பகவன் புத்தருடைய முகத்தைப் பார்த்தான். அப்போது புத்தர், “யசபுத்திரன், அர்ஹந்த் நிலையை யடைந்திருக்கிறான். அவன் இனி இல்லறத்தில் தங்க மாட்டான்” என்று தனபதியிடம் கூறினார்.

அதுகேட்ட தனபதி, பகவன் புத்தரை யசபுத்திரனோடு அன்றைய தினம் தன் இல்லத்திற்குத் தானத்தின் பொருட்டு வரவேண்டும் என்று வேண்டினான். பகவன் புத்தர், தம்முடைய உடன்பாட்டை வாய்திறந்து சொல்வது வழக்கமில்லை. அவர் உடன்பாட்டுக்கு அறிகுறியாக வாளா இருந்தார். பிறகு யசபுத்தி ரன், பகவன் புத்தரிடம் ஏஹீபிக்ஷுதாவைப் பெற்று பிக்கு ஆனார்.

முதல் உபாசிகைகள்

பிறகு பகவன் புத்தர் யசபிக்குவுடன் தனபதியின் இல்லத்திற்குச் சென்றார். தனபதி அவர்களை வரவேற்று ஆசனத்தில் அமரச் செய்தார். அவ்வமயம் யசனுடைய தாயாரான சுஜாதை என்பவள் மருமகளுடன் (யசனுடைய மனைவியுடன்) வந்து பகவன் புத்தரை வணங்கி ஒரு பக்கமாக அமர்ந்தாள். அப்போது பகவன் புத்தர் அவர்களுக்குத் தானகாதை, சீலகாதை, சுவர்க்ககாதை முதலானவை களை முறையே உபதேசம் செய்தருளினார். அவ்வுபதேசங்களைக்

கேட்டு அவர்கள் நன்றாக உணர்ந்தார்கள். பிறகு அவர்களுக்குப் புத்தர் நான்கு வாய்மைகளை அருளிச் செய்தார். அதைக்கேட்ட அவ்விருவரும் ஸ்ரோதாபத்தி நிலையையடைந்தார்கள். ஆகவே அவர்கள் மும்மணியைச் சரணம் அடைந்தார்கள். உலகத்தில் முதன் முதலாகத் திரி சரணம் (மும்மணி) அடைந்த உபாசிகைகள் இவர்களே.

பிறகு அவர்கள் பகவருக்கும் யசபிக்குவுக்கும் உணவு அளித்தார்கள். உணவுகொண்ட பிறகு பகவர் அவர்களுக்கு மோதனா போதனை செய்து தமது விகாரைக்குத் திரும்பினார்.

நால்வர் துறவு

யசபுத்திரனுக்கு வாரணாசி நகரத்திலே நான்கு நண்பர்கள் இருந்தார்கள். அவர்கள் விமலன், சுபாகு, புண்ணியஜித்து, கவம்பதி என்னும் பெயரையுடையவர்கள். தமது நண்பனான யசகுமரன் துறவு பூண்டதைக் கேட்ட இந்த நண்பர்கள் இசி பதனத்திற்கு வந்து, யச அரகந்தரை வணங்கி ஒரு பக்கமாக அமர்ந்தார்கள். யசமுனிவர் அந்நான்கு நண்பர்களையும் அழைத்துக் கொண்டு புத்தரிடம் சென்றார். சென்று வணங்கி இவர்களை அறிமுகப்படுத்தி இவர்களுக்கு உபதேசம் செய்தருளும்படிப் பகவரை வேண்டினார்.

பகவன் புத்தர் இவர்களுக்குத் தானகாதை முதலானவைகளைப் படிப்படியாக உபதேசம் செய்தார். அப்போது இவர்களுக்குக் கிலேசங்கள் (மனமாசுகள்) நீங்கின. பின்னர் இவர்களுக்கு நான்கு வாய்மைகளை விரிவாக உபதேசம் செய்தார். அதைக்கேட்ட இவர்கள் ஸ்ரோதாபத்தி பலன் அடைந்து தங்களுக்குத் துறவு கொடுக்கும்படிக் கேட்டார்கள். பகவர் இவர்களை ஏஹிபிக்ஷுதாவாக ஏற்றுக்கொண்டார். மீண்டும் பகவன் புத்தர் இவர்களுக்கு அறநெறியைப் போதித்தார். அது கேட்ட இந்தப் பிக்குகள் அரஹந்தரானார்கள்.

அப்போது உலகத்திலே இவர்கள் பதினொரு அர்ஹந்தர் தான் இருந்தார்கள்.

ஐம்பதின்மர் துறவு

யச அரஹந்தருடைய பழைய நண்பர்கள் ஐம்பதின்மர் வெவ்வேறு இடங்களில் வசித்துக் கொண்டிருந்தார்கள். அவர்கள், யசருடைய துறவைக் கேள்விப்பட்டு அவரிடம் வந்தார்கள். வந்து வணங்கி ஒரு பக்கமாக அமர்ந்தார்கள். யச அரஹந்தர் ஐம்பது நண்பர்களையும் வரவேற்று, அவர்களை அழைத்துக்கொண்டு பகவன் புத்தரிடம் சென்றார். பகவர் அவர்களுக்குத் தானகாதை முதலியவைகளை முறைப்படி உபதேசம் செய்தார். இதனாலே அவர்களின் உள்ளம் பண்பட்டுச் சாந்தி நிலையை யடைந்தது. அதன் பிறகு பகவர் நான்கு வாய்மைகளை அவர்களுக்கு நன்கு உபதேசித்தார். இவ்வுபதேசத்தைக் கேட்டு ஐம்பது பேரும் ஸ்ரோதாபத்திபலன் அடைந்தார்கள். அவர்கள் தங்களுக்குத் துறவு கொடுக்க வேண்டுமென்று அவர்களைக் கேட்டார்கள். பகவர் அவர்களுக்கு ஏஹிபிக்ஷுதா என்னும் துறவைக் கொடுத்தார். பின்னர் மீண்டும் தர்மோபதேசம் செய்தருளினார். அதனால் அவர்கள் எல்லோரும் அரஹந்த பலன் அடைந்தார்கள்.

அப்போது பகவன் புத்தரை உள்ளிட்டு அறுபத்தொரு அரஹந்தர்கள் இருந்தார்கள்.

தர்மப் பிரசாரம்

கார்காலம் கழிந்து ஒரு திங்கள் வரையில் பகவன் புத்தர் காசியிலேயே இருந்தார். பிறகு அவர், தமது அறுபது பிக்குகளையும் அழைத்து “பிக்குகளே! தேவர்களையும் மனிதர்களையும் பிணிக்கிற பாசங்களையெல்லாம் நான் நீக்கியிருக்கிறேன். என்னைப்போலவே நீங்களும் அந்தப் பாசங்களையெல்லாம் நீக்கியிருக்கிறீர்கள். உலகத்தி லேயுள்ள மக்களின் நன்மைக்காக நீங்கள் யாவரும் கிராமங்களுக்கும் நகரங்களுக்கும் சென்று தர்மத்தைப் போதியுங்கள். ஒரே இடத்திற்கு இருவர் போகாதீர்கள்! ஒவ்வொருவரும் வெவ்வேறு இடத்திற்குச் செல்லுங்கள். சென்று முதலிலும் இடையிலும் கடைசி யிலும் நன்மைகளைப் பயக்கிற பரிசுத்தமான பௌத்த தர்மத்தை மக்களுக்குப் போதியுங்கள். பிரமசரியத்தைப்

பிரகாசிக்கச் செய்யுங்கள். தருமத்தை உணர்கிற நல்லறிவு படைத்த மக்கள் உலகத்திலே இருக்கிறார்கள். அவர்களுக்குத் தர்மத்தைப் போதிக்காவிட்டால் வீடு பெற மாட்டார்கள். தருமத்தைப் போதிக்கப் புறப்படுங்கள். நானும் உருவேல ஜனபதத்தில் சேனானி கிராமத்தில் சென்று தர்மம் போதிக்கப் போகிறேன்" என்று அருளிச்செய்தார்.

இவ்வாறு அருளிச்செய்து, தர்ம தூதர்களான அறுபது பிக்குகளையும் அறுபது இடங்களுக்கு அனுப்பித் தாமும் உருவேல ஜனபதத்திற்குப் புறப்பட்டார்.

பத்ர வர்க்கிகர்

காசியிலிருந்து உருவேல கிராமத்துக்குச் செல்லும் சாலை வழியாகப் பகவன் புத்தர் நடந்து சென்று இடைவழியிலே ஒருபக்கத்தில் உள்ள பருத்தித் தோட்டத்தருகில் ஒரு மரத்தின் அடியிலே தங்கினார். அவ் வமயம், பத்ரவர்க்கிய குமாரர்கள் முப்பதுபேர் தமது மனைவியரோடு வினோதத்திற்காக நடந்து வந்தார்கள். அவர்களில் மனைவியில்லாத ஒருவர், கணிகை ஒருத்தியை அழைத்துக் கொண்டு அவர்களுடன் வந்தார். இவர்கள் வினோதமாக இருக்கும் சமயம் பார்த்து அந்தக் கணிகை, நகைகளையும் விலையுயர்ந்த பொருள்களையும் இவர்கள் அறியாதபடி எடுத்துக்கொண்டு போய்விட்டாள். சிறிது நேரங்கழித்து இதனை அவர்கள் அறிந்தார்கள்; அவளைத் தேடிப் புறப்பட்டார்கள்.

அப்படித் தேடி வருகிறவர்கள், குளிர்ந்த மரத்தின் அடியிலே தங்கியிருக்கிற பகவரைக் கண்டு வணங்கி "சுவாமி! இவ்வழியாகச் சென்ற ஒருத்தியைக் கண்டீர்களா?" என்று கேட்டார்கள்.

"குழந்தைகளே! ஒருத்தியைத் தேடுகிறதினாலே உங்களுக்கு என்ன பயன் கிடைக்கும்?" என்று கேட்டார் பகவர்.

"சுவாமி! எங்கள் மனைவியரோடு விளையாட்டின் பொருட்டு இங்கு வந்தோம். மனைவியில்லாத ஒருவர் ஒரு தாசியுடன் வந்தார். அவள் எங்கள் நகைகளை எடுத்துக் கொண்டு போய்விட்டாள். அதற்காக அவளைத் தேடுகிறோம்" என்று கூறினார்கள்.

“குழந்தைகளே! தன்னைத் தேடுவது உத்தமமானதா, அல்லது அயலாள் ஒருத்தியைத் தேடுவது உத்தமமானதா?” என்று வின வினார்.

“சுவாமி! நம்மை நாமே தேடிக்கொள்வது உத்தமமானது.” என்றனர்.

“அப்படியானால், குழந்தைகளே! உட்காருங்கள். உங்களுக்குத் தர்மத்தை உபதேசிக்கிறேன்” என்று அருளினார். அவர்களும் “அப்படியே, சுவாமி!” என்று அவரை வணங்கி ஒருபுறமாக அமர்ந்தார்கள்.

அப்போது பகவன் புத்தர் தானகாதை, சீலகாதை முதலிய காதைகளை முறைப்படி உபதேசம் செய்தார். அதைக்கேட்டு மகிழ்ந்து அவர்கள் மனத்தூய்மையடைந்தார்கள். பிறகு, நான்கு விதமான வாய்மைத் தத்துவத்தைப் போதித்தார். இத்தத்துவோப தேசத்தைக் கேட்ட அவர்களுக்கு அறிவுக்கண் விளங்கிற்று. சிலர் ஸ்ரோதாபத்தி பலன் அடைந்தார்கள். சிலர் சத்ருகாமி பலனையும், சிலர் அனாகாமி பலனையும் அடைந்தார்கள்.

இவ்வாறு உபதேசங்கேட்டு உயர்ந்த நிலையையடைந்த பத்ர வர்க்கியர், பகவன் புத்தரை வணங்கித் தங்களுக்குச் சந்நியாசம் கொடுக்கும்படிக் கேட்டார். பகவர் ஏஹிபிக்ஷு கிரமத்தினாலே சந்நியா சமும் உபசம்பதாவும் அவர்களுக்குக் கொடுத்தார். பின்னர், இந்த முப்பது பிக்குகளையும் பல கிராமங்களுக்குத் தர்ம தூத வேலைக்காக அனுப்பித் தாம் தனியாக உருவேல கிராமத்திற்குச் சென்றார்.

திரிசரணம் (மும்மணி)

அந்தக் காலத்தில் வெவ்வேறு நாடுகளுக்குச் சென்ற பௌத்தப் பிக்குகள் அற ஒழுக்கத்தைப் போதித்தார்கள். பௌத்த தர்மத்தைக் கேட்டவர்களில் சிலர் தாங்களும் துறவு கொள்ள விரும்பினார்கள். பிக்குகள் அவர்களை அழைத்துக் கொண்டு வந்து பகவன் புத்தரிடம் துறவுகொள்ளச் செய்தார்கள். அவ்வாறு வேறு நாடுகளில் இருந்து வந்தவர்களில் பலர் நெடுந்தூரம் நடந்து வந்தபடியால் மிகவும் களைத்து

இளைத்துப் போயிருந்தார்கள். பிக்குகளும் களைத்து இளைத்திருந்தார்கள். இதனைக் கண்ட பகவன் புத்தர் ஒருசமயம் தனியே இருந்தபோது இது பற்றிச் சிந்தித்தார். துறவு பெறுவதற்காக இவர்கள் ஏன் இளைத்துக் களைத்து வரவேண்டும்? அவரவர்கள் இடத்திலேயே ஏன் பிக்குகள் அவர்களுக்குத் துறவு கொடுக்கக் கூடாது? இவ்வாறு சிந்தித்த பகவன் புத்தர் அன்று மாலையில் பிக்குச் சங்கம் கூடியபோது அவர்களுக்கு இவ்வாறு அருளிச் செய்தார். பிக்குகளே! துறவுகொள்ள விரும்புகிறவர்களை வெகு தூரத்திலிருந்து அழைத்துக் கொண்டு வருகிறீர்கள். நெடுந்தூரத்தைக் கடந்து வர வேண்டியிருப்பதனால் அவர்களும் நீங்களும் களைத்துத் துன்பம் அடைகிறீர்கள். இனிமேலாக, நீங்கள் அந்தந்த ஊரிலேயே நீங்களே துறவு கொடுக்க உங்களை அனுமதிக்கிறேன்.

துறவுகொள்ள விரும்புகிறவர் முதலில் தலை மயிரையும் மீசை தாடிகளையும் மழித்துவிட வேண்டும். பிறகு அவர் மஞ்சள் நிறச் சீவர ஆடையை அணிந்துகொள்ள வேண்டும். பிறகு அவர், துறவு கொடுக்கிற பிக்குவின் காலை வணங்கி அமர வேண்டும். அப்போது துறவு கொடுக்கிற பிக்குவிடத்தில் துறவு பெறுகிறவர் திரிசரணம் கூற வேண்டும்.

'புத்தம் சரணங் கச்சாமி

தம்மம் சரணங் கச்சாமி

சங்கம் சரணங் கச்சாமி'

என்று திரிசரணம் கூறவேண்டும். திரிசரணத்தை மூன்றுமுறை கூறவேண்டும்.

இவ்வாறு திரிசரணம் கூறித் துறவு பெறும்படி, பிக்குகளே! உங்களுடைய ததாகதர் அனுமதியளிக்கிறார் என்று அருளிச் செய்தார்.

ஜடாதர தபசிகள்

அக்காலத்திலே உருவேல ஜனபதத்தில் நேரஞ்சர நதிக் கரையில் வெவ்வேறு இடங்களில் ஆசிரமங்களை அமைத்துக்

கொண்டு மூன்று சகோதரர்கள் இருந்தார்கள். இவர்களில் உரு வேல காசிபர் மூத்தவர். அவருக்கு ஐந்நூறு சீடர்கள் இருந்தார்கள். இரண்டாவது சகோதரருக்கு நதிகாசிபர் என்பது பெயர் (நதி — நிரஞ்சா நதி). இவருக்கு முந்நூறு சீடர்கள் இருந்தார்கள். இளையவருக்குக் கயாகாசிபர் என்பது பெயர். இவருக்கு இருநூறு சீடர்கள் இருந்தார்கள். இவர்கள் சடையை வளர்த்துத் தீ (அக்கினி) வழிபாடு செய்து வந்தனர்.

பகவன் புத்தர், உருவேல காசிபரிடம் சென்று அவரிடம் பேசினார். பிறகு, "காசிபரே! நான் இருப்பது தங்களுக்குக் கஷ்ட மில்லாமல் இருந்தால், உம்முடைய எக்யசாலையில் ஒரு இரவு தங்குகிறேன்" என்று கூறினார்.

"மகா சிரமணரே! தாங்கள் தங்குவது எனக்குக் கஷ்டம் அல்ல. ஆனால், அங்கு ஒரு குரூரமான பாம்பு உண்டு. அது உமக்குத் தீங்கு செய்யக்கூடும் என்று அஞ்சுகிறேன்?" என்றார் காசிபர்.

"அதனால் எனக்கு ஒன்றும் தீங்கு நேராது. எக்கியசாலையில் நான் தங்க உத்தரவு கொடுங்கள்" என்று கேட்டார் பகவர். அவரும் உத்தரவு கொடுத்தார்.

பகவன் புத்தர் எக்கியசாலைக்குச் சென்று தர்ப்பைப் புல் ஆசனம் அமைத்து அதில் அமர்ந்தார். அப்போது அங்கிருந்த பெரிய நாகப்பாம்பு கோபங்கொண்டு மூக்கின் வழியாக நச்சுப் புகையை வீசிற்று. அந்த நச்சுப் புகை பட்டால் சாதாரண ஆட்களின் தோல், சதை, எலும்புகள் கருகிக் கறுத்துப்போகும். ஆனால், பகவன் புத்தரின் யோக சக்தியினாலே அந்த நச்சுப்புகை அவரை ஒன்றும் செய்யவில்லை. பிறகு, பகவர் "இந்தப் பாம்பின் கொடுமையை அடக்குவேன்" என்று கருதிக் கொண்டு, தமது இருத்தி சக்தியினாலே அங்கு ஒருவிதப் புகையை உண்டாக்கினார். அதனைக் கண்ட நாகப் பாம்பு மிகவும் சினங்கொண்டு அனலைக் கக்கி வீசியது. புத்தர் தமது இருத்தி சக்தி யினாலே அனலை உண்டாக்கினார். அதனால் அந்த எக்யசாலை தீப் பற்றி எரிவது போலக் காணப்பட்டது. அதனைக்கண்ட தாபசகர்கள் "ஐயோ! அழகான தேகமுள்ள சிரமணருக்கு நாகப் பாம்பினாலே துன்பம் உண்டாகிறது" என்று பேசிக் கொண்டார்கள்.

இரவு கழிந்து பொழுது விடிந்தவுடன், ஆற்றலை இழந்து வாடிக்கிடந்த நாகப்பாம்பைப் பகவன் புத்தர் எடுத்துத் தமது பாத்திரத்தின் உள்ளே போட்டுக் கொண்டு போய், "உருவேல காசிபரே! இதோ உம்முடைய நாகப்பாம்பு. அதனுடைய ஒளி என்னுடைய ஒளியிலே அடங்கிப் போய்விட்டது" என்று சொல்லி அவருக்கு அதைக் காட்டினார். அதைக்கண்ட உருவேல காசிபர், "அடங்காத இருத்தி சக்தியுடைய இந்தக் கொடிய நாகப்பாம்பை அடக்கிய இந்தச் சிரமணர் அதிக இருத்தி சக்தியுள்ளவரே. ஆனால், இவர் என்னைப் போன்று அர்ஹந்த நிலையை யடைந்தவர் அல்லர்" என்று தமக்குள் நினைத்துக் கொண்டார்.

உருவேல காசிபர்

உருவேல காசிபரின் எண்ணத்தை அறிந்த பகவன் புத்தர், மற்றும் சில இருத்திகளைச் செய்து காட்டினார். அப்போது காசிபர் அவரைப்பற்றித் தவறாகக் கருதிக் கெண்டிருந்த எண்ணத்தை நீக்கிப் பகவன் புத்தரிடம் தருமோபதேசம் கேட்டுப் பௌத்தரானார். அவருடன் இருந்த சீடர்களும் பௌத்தர் ஆயினர். பிறகு, அந்தச் சடிலர்கள் எல்லோரும் பகவன் புத்தரிடம் ஏஹிபிக்ஷுᆨவிதமாகச் சந்நியாசமும் உபசம்பதாவும் பெற்றார்கள்.

நதி காசிபர்

உருவேல காசிபரும் அவருடைய சீடர்களும் பௌத்தராகிச் சந்நியாசம் பெற்றபோது, தங்களுடைய சடைகளை மழித்துத் துணி மணி முதலிய பொருள்களை நதியிலே போட்டார்கள். நேரஞ்சர நதிக் கரையிலே இன்னொரு இடத்தில் இருந்த நதிகாசிபர், ஆற்றிலே போகிற இந்தப் பொருள்களைக் கண்டு, தமது தமையனாருக்கு ஏதேனும் தீங்கு நேரிட்டதோ என்று ஐயம் அடைந்து, தமது சீடர்களுடன் புறப்பட்டுத் தேடிவந்தார். வந்த அவர், தமது தமையனாரும் அவர் சீடர்களும் பௌத்த சந்நியாசிகளாக இருப்பதைக் கண்டு, "இந்தத் துறவு நிரம்ப நல்லதா?" என்று கேட்டார்.

"ஆமாம், தம்பி! தாபச சந்நியாசத்தைப் பார்க்கிலும் இந்தச் சந்நியாசம் உத்தமமானது" என்று உருவேல காசிபர்

கூறினார். இதைக் கேட்டு நதிகாசிபரும் அவரது சீடர்களும் தங்களுடைய சடைமுடி முதலியவைகளைக் களைந்து ஆற்றிலே போட்டுவிட்டுப் பகவன் புத்தரிடம் சென்று தர்மோபதேசங் கேட்டார்கள். புத்தர் அவர்களுக்கு உபதேசம் செய்து, அவர்கள் வேண்டுகோளின்படி ஏஹிபிக்ஷு சந்நியாசம் கொடுத்தார்.

கயா காசிபர்

இவர்கள் ஆற்றில் எறிந்த சடைமுடி முதலிய பொருள்கள் ஆற்றிலே போவதைக் கண்ட மூன்றாவது சகோதரராகிய கயா காசிபர், தமது தமையனாருக்கு ஏதோ தீங்கு நேரிட்டதுபோலும் என்று கருதி, சீடர்களுடன் புறப்பட்டு வந்தார். வந்து, அவர்கள் பௌத்தத் துறவிகளாக இருப்பதைக் கண்டு, "தாபச சந்நியாசத்தைவிட இந்தச் சந்நியாசம் உத்தமமானதா?" என்று வினவினார். "ஆமாம்! இந்தச் சந்நியாசம் அதைவிட உயர்ந்தது, மேலானது!" என்று அவர்கள் கூறினார். இதைக் கேட்ட கயாகாசிபரும் தமது சீடர்களுடன் சடா முடி முதலியவற்றைக் களைந்துபோட்டுத் தர்மோபதேசங் கேட்டுப்பௌத்த துறவியானார்கள்.

ஆதித்த பரியாய சூத்திரம்

பகவன் புத்தர் சிலநாள் அங்குத் தங்கியிருந்த பின்னர், தமது ஜடாதர சீடர்களையெல்லாம் அழைத்துக் கொண்டு கயா நகரத்தின் பக்கமாகச் சென்றார். அங்குச் சென்று ஒரு பாறையின் மேலே அமர்ந்து, தமது சீடர்களுக்கு ஆதித்த பரியாய சூத் திரத்தை உபதேசம் செய்தார். அச் சூத்திரத்தின் சுருக்கம் இது: உலகத்தில் எல்லாப் பொருள்களும் தீப்பற்றி எரிகின்றன. கண் என்னும் பொறி தீப்பற்றி எரிகிறது. ரூபம் உருவம் என்னும் தீயினாலே சக்ஷு விஞ்ஞானத்தைத் தீப்பிடித்து இருக்கிறது. சக்ஷு ஸ்பர்ஸ மூலமாக வருகின்ற சுகம் துக்கம் உபேக்ஷை என்கிற மூன்றுவிதமான வேதனை நெருப்பினாலே தீப்பற்றி எரிகிறது.

"இவ்வாறே ஐம்புலன்களிலும் தீப்பற்றி எரிகிறது. எந்த விதமான தீ என்று கேட்கிறீர்களா? ராகத் தீ, துவேஷத் தீ, பிறப்பு, நரை, திரை, மூப்பு, மரணம், சோகம், துன்பம், விருப்பு, வெறுப்பு என்கிற தீயினாலே எல்லாப் பொருள்களும் தீப்பற்றி எரிகின்றன."

இந்த ஆதித்த பரியாய சூத்திரத்தை உபந்நியசிக்கக் கேட்ட பிக்குகள் அர்ஹந்தபலன் அடைந்தார்கள்.

பிறகு பகவன் புத்தர், முன்பு ஜடிலத்துறவிகளாக இருந்த ஆயிரக்கணக்கான சீடர்களோடு புறப்பட்டு முன்பு விம்பசார அரசனுக்குச் செய்த வாக்குறுதியை நிறைவேற்ற இராசகிருக நகரம் நோக்கிச் சென்றார். பன்னிரண்டு மைல் தூரமுள்ள வழியைக் கடந்து தால வனம் என்னும் பனஞ் சோலையை யடைந்து அங்கே ஒரு பெரிய ஆலமரத்தின் கீழே எழுந்தருளியிருந்தார்.

விம்பசாரன் பௌத்தனானது

பகவன் புத்தர் எழுந்தருளியிருக்கிறார் என்பதை அறிந்த சேணிய விம்பசாரன் என்னும் மகத நாட்டு அரசன், தன்னிடம் விருந்தாக வந்திருந்த லிச்சாவி அரசனான மஹாலியுடனும் வச்ச பாலன் முதலிய பன்னிரண்டு பிராமணர்களுடனும் மந்திரி பிர தானிகள் முதலிய பரிவாரங்களுடனும், வந்து பகவரை அடிபணிந்து தொழுதான். பிராமணர்களும் பகவன் புத்தரை வணங்கி ஒருபுறம் அமர்ந்தார்கள். பகவன் புத்தரையும் அவருடன் இருந்த ஜடிலத் துறவிகளையும் கண்ட பிராமணர்கள் ஐயங் கொண்ட னர். புத்தர் ஜடிலருடைய சீடரா அல்லது ஜடிலர்கள் புத்தருடைய சீடரா என்று அவர்களுக்கு ஐயம் உண்டாயிற்று. இதனைப் பகவன் புத்தர் உணர்ந்தார். அவர்களுடைய ஐயத்தை நீக்க எண்ணிப் பகவன் புத்தர் உருவேல காசிபரைப் பார்த்துக் கூறினார்: "உருவேலரே! அனலை ஓம்பித் தீயை வளர்த்துத் தீ வணக்கம் செய்துகொண்டிருந்த நீர் ஏன் அந்த வணக்கத்தை விட்டு விட்டீர்?" இந்தக் கேள்விக்கு உருவேல காசிபர் இவ்வாறு விடை கூறினார். "அனலை ஓம்பித் தீயை வணங்கினால் அது மறுமையில் இந்திரலோகப் பதவியைத் தந்து இன்ப சுகங்களை

அளிக்கும் என்று கூறப்படுகிறது. அந்த இன்பசுகங்கள் நிலையற்றவை. கடைசியில் துன்பத்தைத் தருபவை என்பதைத் தங்களால் அறிந்து, நிலையற்றதும் துன்பந்தருவதுமான இன்ப சுகங்களைத் தருகிற தீ வணக்கத்தைவிட்டு பௌத்த தர்மத்தைக் கொண்டேன்.” இவ்வாறு கூறிய உருவேல காசிப முனிவர் தமது ஆசனத்தைவிட்டு எழுந்துவந்து பகவன் புத்தரின் திருவடிகளில் தலைவைத்து வணங்கினார். அப்போது பகவன் புத்தர், “இப்போது மட்டுமல்ல பூர்வஜன்மங்களிலுங்கூட உருவேல காசிபருக்கு உபதேசம் செய்திருக்கிறேன்” என்று கூறி மஹாநாரத காசிப ஜாதகக் கதையை அவர்களுக்கு விவரமாகச் சொன்னார்.

உருவேல காசிபர் கூறியதையும் அவர் பகவன் புத்தரை வணங்கியதையும் கண்டும் கேட்டும் அவர்கள் உண்மை அறிந்தனர். உருவேல காசிபர் பௌத்த மதத்தை மேற்கொண்டு பகவன் புத்தருக்குச் சீடர் ஆனார் என்பதை அவர்கள் தெரிந்து கொண்டனர்.

பிறகு விம்பசார அரசனுக்கும் அவனுடன் வந்திருந்த வர்களுக்கும் பகவன் புத்தர் தானகாதை முதலிய உபதேசங்களைச் செய்தார். அதனால் அவர்கள் மனம் மகிழ்ந்தார்கள். பிறகு நான்கு வாய்மைத் தத்துவங்களை அவர்களுக்கு உபதேசம் செய்தார். அதைக்கேட்ட அரசனும், மஹாலி என்னும் லிச்சாவி அரசனும் அங்கிருந்த மக்களும் சுரோத்தாபத்தி பலன் அடைந்தார்கள். ஸ்ரீ வட்டன், வச்சன் முதலான பிராமணர்களும் பௌத்தராகிச் சந்நியாசம் பெற்றார்கள். விம்பசார அரசன் மும்மணிகளைச் சரணம் அடைந்து உபாசகன் ஆனான். பிறகு, அடுத்த நாள் சீடர்களுடன் தானத்திற்காக வரும்படிப் பகவரை வணங்கி வேண்டிக்கொண்டு அரசன் அரண்மனைக்குத் திரும்பினான்.

வெளுவன தானம்

மறுநாள் விம்பசார அரசன், பகவன் புத்தரை அரண்மனைக்கு எழுந்தருளும்படிச் செய்தி சொல்லி அனுப்பினான். பகவர் சீடர் களோடு புறப்பட்டு இராசகிருக நகரம் சென்றார். அதிகாலையிலிருந்து அவரைக் காண்பதற்காக வந்து

கூடுகிற ஜனக்கூட்டத்தைக் கடந்து வருவதற்கு அதிக நேரஞ் சென்றது. ஜனங்கள் புத்தரை வணங்கினார்கள்; அவருடைய குணங்களைப் பேசினார்கள். சிலர் அவரைவிட்டுப் பிரிய மனம் வராமல் அவரைச் சூழ்ந்துகொண்டார்கள். சிலர் அவர்களை விலக்கி வழி விட்டார்கள். மக்கள் எல்லோரும் பகவன் புத்தரைக்கண்டு மனம் மகிழ்ந்தார்கள்.

ஒரு தனபதியின் மகளான சித்திரை என்பவளும், அரசருடைய புரோகிதரின் மகளான சோமை என்பவளும், கிருகபதி யொருவரின் மகளான சுக்கிலை என்பவளும், பிராமண கன்னிகையான சுபை என்ப வளும் மற்றும் சில மகளிரும், புத்தரை வணங்கி உபாசிகைகள் ஆனார்கள். பின்னர் இவர்களே சந்நியாசம் பூண்டு பிக்குணிகளானார்கள்.

பகவன் புத்தர் அரண்மனைக்குச் சென்று தமக்காக அமைத்திருந்த ஆசனத்தில் பிக்கு சங்கத்தோடு இருந்தார். அரசர் அவர்களுக்கு அறுசுவை உணவை அன்போடு அளித்தார். பகவர், பிக்குகளுடன் உணவு அருந்திய பிறகு, விம்பசார அரசன் ஒருபுறத்தில் உட்கார்ந்து "சுவாமி! புத்த தர்ம சங்கம் என்னும் மும்மணி யிலிருந்து நான் விலகி வாழமுடியாது. நான் அடிக்கடி பகவரிடம் வந்து திருவாய்மொழி கேட்க வேண்டும். பனைவனம் வெகுதூரத்தில் இருக்கிறது. வெளுவனம் (வெளுவனம் என்றாலும் வேணுவனம் என்றாலும் ஒன்றே. மூங்கில் வனம் என்பது பொருள்) இடைவழியில் இருக்கிறது. அதிக ஜனக் கூட்டம் இல்லாத அமைதியான இடம் அது. அந்த வனத்தைப் பகவர் ஏற்றுக்கொண்டு அங்கு எழுந்தருளியிருக்கவேண்டும்" என்று கேட்டுக் கொண்டு, பொற்கிண்டியிலிருந்து நீரைத் தாரைவார்த்து வெளு வனத்தைப் பகவருக்குத் தானம் செய்தார். பகவன் புத்தர் அதனை ஏற்றுக்கொண்டு பிக்கு சங்கத்தாருடன் வெளுவனத்துக்குச் சென்றார். (வெளுவனத்திலே புத்தர் அடிக்கடி வந்து தங்கிப் பலருக்குத் தாமோபதேசஞ் செய்திருக்கிறார்).

சாரிபுத்த மொக்கல்லானர்

அக்காலத்திலே இராசகிருக நகரத்திலே இருநூற்றைம்பது பரி விராசகர்களுக்குத் தலைவனான சஞ்சயன் என்னும் பரி

விராசகன் ஒரு கிராமத்திலே தங்கியிருந்தான். இராசகிருக நகரத்துக்கு அருகிலே உபதிஸ்ஸ கிராமம், கோலித கிராமம் என்னும் இரண்டு கிராமங்களுக்குத் தலைவர்களாக இரண்டு பிராமணர்கள் இருந்தார்கள்: அவர்களுக்கு ஒவ்வொரு ஆண்மகவு பிறந்தது. அக் குழந்தைகளுக்கு அக் கிராமத்தின் பெயரையே உபதிஸ்ஸன், கோலிதன் என்று சூட்டினார்கள். இக் குழந்தைகள் வளர்ந்து இளமையிலேயே சாஸ்திரங்களைக் கற்றுத் தேர்ந்து இல்லற வாழ்க்கையை வெறுத்துச் சஞ்சயப் பரிவிராசகனிடஞ் சென்று சீடர்களாகி அவரிடம் துறவு பெற்றார்கள்.

ஆனால், இவ்விருவரும் சஞ்சயருடைய போதனையில் திருப்தியடையாமல் தமக்குள் இவ்வாறு பேசிக் கொண்டார்கள்: "நாம் இருவரும் அமிர்த தருமத்தைத் தேடவேண்டும்; அது யாருக்கு முதலில் கிடைக்கிறதோ அவர் மற்றவருக்குச் சொல்ல வேண்டும்" இவ்வாறு தமக்குள் தீர்மானித்துக்கொண்டு அவர்கள் பரதக்கண்டம் முழுவதும் சுற்றித்திரிந்து மீண்டும் இராசகிருக நகரத்துக்கு வந்தார்கள். அவ்வமயம் பகவன் புத்தர் தமது சீடர்களைத் தர்மதூத வேலைக்காக வெவ்வேறு இடங்களுக்கு அனுப்பியிருந்தார். இவர்களில் அஸ்ஸஜி தேரர் இராசகிருக நகரம் வந்து மிகச் சாந்தியோடு பிக்ஷக்காகப் போவதை உபதிஸ்ஸ பரிவிராசகன் கண்டார். கண்டு, "இவர் கட்டாயம் அர்ஹந்தராக இருக்க வேண்டும். அல்லது அர்ஹந்த பதவிக்கு முயற்சி செய்தவராக இருக்க வேண்டும். எதற்கும் இவரை அணுகிக் கேட்போம்" என்று தமக்குள் சிந்தித்தார்.

பிக்ஷக்குப் போகும்போது பேசுவது சரியல்ல என்று நினைத்து அவர் பின்னே சென்றார். அஸ்ஸஜி தேரர் வீடுகளில் பிக்ஷ ஏற்று நகருக்கு வெளியே வந்து ஓர் இடத்தில் உட்கார நினைத்தார். அப்போது உபதிஸ்ஸர் தம்மிடம் இருந்த ஆசனத்தை விரித்து அதில் உட்காரச் சொன்னார். தேரர் அதில் அமர்ந்து உணவை உண்டார். உண்ட பிறகு உபதிஸ்ஸர் தமது குண்டிகையிலிருந்த நீரைக் கொடுத்துச் சுத்தம் செய்வித்தார்; பிறகு அவரோடு பேசத் தொடங்கினார்.

"நண்பரே! தங்களுடைய கண் காது முதலிய புலன்கள் மிகவும் நன்றாக இருக்கின்றன. உடம்பின் தோற்றமும்

நிறமும் நன்றாக உள்ளன. தாங்கள் யாரிடத்தில் சந்நியாசம் பெற்றீர்கள்?" என்று கேட்டார். அஸ்ஸஜி தேரர், 'இந்தப் பரிவிராசிகர்கள் பௌத்த மதத்திற்கு விரோதிகள். ஆகையால், இவர்களுக்குப் பௌத்த மதத்தின் சிறந்த கொள்கையைக் காட்டவேண்டும்' என்று தமக்குள் நினைத்துத் தான் புதிதாகப் பௌத்த மதத்தில் சேர்ந்தவர் என்பதைக் கூறினார்.

"நான் திஸ்ஸன் என்னும் பெயருள்ளவன். சுருக்கமாகவோ விரிவாகவோ தயவு செய்து உமது போதனையை எனக்குக் கூறுங்கள். சுருக்கமாகக் கூறினாலும் அதைப் பத்துப் பங்கு நூறுபங்காகத் தெரிந்து கொள்வது என்னுடைய கடமையாகும்" என்று உபதிஸ்ஸர் கூறினார்.

அஸ்ஸஜி தேரர், புத்தருடைய உபதேசங்களையெல்லாம் அடக்கிச் சுருக்கிக் கூறினார். அதைக்கேட்ட உபதிஸ்ஸர். "சுவாமி! உமது சாஸ்தா எங்கேயிருக்கிறார்?" என்று கேட்க, "சகோதரரே! அவர் வெளுவனத்தில் எழுந்தருளியிருக்கிறார்" என்று தேரர் கூறினார்.

"தாங்கள் முன்னே போங்கள், நான் என்னுடைய நண்பரை அழைத்துக்கொண்டு அவ்விடம் வருகிறேன்" என்று அவரை வணங்கி அனுப்பிவிட்டு உபதிஸ்ஸர், பரிவிராசக ஆராமத்திற்குச் சென்றார். சென்று தாம் புதிய குருவைக்கண்ட செய்தியைக் கோலிதருக்குக் கூறி அவரை வெளுவன ஆராமத்திற்கு அழைத்தார். அவரும் புறப்பட்டார். இருநூற்றைம்பது பரிவிராசகருக்கும் இதைக் கூறுவோம். அவர்கள் வருவதாக இருந்தால் வரட்டும் என்று கூறி, அவர்களிடம் சென்று தாங்கள் புத்தரிடம் போவதைத் தெரிவித்தார்கள். அதைக் கேட்ட அவர்கள், தாங்களும் வரு வதாகக் கூறினார்கள். பிறகு கோலிதரும் உபதிஸ்ஸரும், பரிவிராசகருக்குத் தலைமைக் குருவாகிய சஞ்சயரிடம் இச்செய்தியைக் கூறினார்கள். அதற்கு அவர் "நண்பர்களே! அங்குப் போவதினாலே பிரயோஜனமில்லை, நாம் மூவரும் சேர்ந்து பரிவிராசக தர்மத்தை நடத்துவோம்" என்று கூறித் தடுத்தார்." இவர்கள் மறுத்தார்கள்.

இரண்டாம் முறையும் மூன்றாம் முறையும் இவர்களைச் சஞ்சயர் புத்தரிடம் போகாதபடித் தடுத்தார். கோலிதரும் உபதிஸ்ஸரும் மறுத்து இருநூற்றைம்பது பரிவிராசக மாணவருடன் வெளுவனத்திற்குச் சென்றார்கள்.

இவர்கள் கூட்டமாக வருவதைத் தூரத்திலிருந்து பார்த்த பகவன் புத்தர், "அதோ, வருகிற கோலிதனும் உபதிஸ்ஸனும் என்னுடைய முதன்மையான சீடர்கள்" என்று கூறினார்.

கோலிதர், மொக்கலி என்ற பார்ப்பனத்தியின் புத்திரன் ஆகையினாலே அவருக்கு மொக்கல்லானர் என்றும், உபதிஸ்ஸர், ரூபசாரி என்னும் பார்ப்பனியின் புத்திரன் ஆகையினாலே சாரீபுத்திரர் என்றும் பெயர் வழங்கப்பட்டனர்.

மொக்கல்லானர், சாரீ புத்திரர் என்னும் இருவரும் பகவன் புத்தரிடம் சென்று வணங்கி, அவருடைய உபதேசங்களைக் கேட்டு மனச்சாந்தி யடைந்து, சந்நியாசமும் உபசம்பதாவும் கேட்டார்கள். அவ்வாறே பகவர் அவர்களுக்கு அவற்றை அளித்தார். மொக்கல் லானர் ஒரு வாரத்தில் அரஹந்த பதவியை யடைந்தார். இவ்விருவரையும் பகவன் புத்தர் தமது தலைமைச் சீடராக ஏற்படுத்தினார். இது மற்றச் சீடர்களுக்குப் பொறாமையை உண்டாக்கிற்று. இதையறிந்த பகவன் புத்தர் அவர்களுக்குக் காரணத்தைக் காட்டி விளக்கி அவர்களின் பொறாமையை நீக்கினார்.

சுத்தோதனர் அனுப்பிய தூதுவர்

சுத்தோதன அரசர், தன் மகன் புத்த பதவியை யடைந்து இராச கிருக நகரத்தில் தங்கித் தர்மோபதேசம் செய்கிறதைக் கேள்விப்பட்டு, அவரைக் கபிலவத்து நகரத்துக்கு அழைத்துவரத் தமது அமைச்சர் ஒருவரை ஆயிரம் பரிவாரங்களுடன் அனுப்பினார். அவரும் பரிவாரங்களுடன் வந்து, வெளுவனத்தில் தங்கித் தர்மோ பதேசம் செய்து கொண்டிருந்த பகவன் புத்தருடைய உபதேசத்தைக் கேட்டு அரஹந்த பதம் அடைந்தார். அவருடன் வந்தவர்களும் அரஹந்தபதம் அடைந்தார்கள். பிறகு, இவர்கள் எல்லோரும் சந்நியாசம் பெற்றுத் துறவு பூண்டார்கள். அரஹந்தரான பிறகு இவரை அழைத்துப்போகவந்த காரியத்தை மறந்துவிட்டார்கள்.

சுத்தோதன அரசர் மீண்டும் ஒரு அமைச்சரை ஆயிரம் பரிவாரங்களுடன் அனுப்பினார். அவரும் முன்னவரைப் போலவே உபதேசம் கேட்டுச் சந்நியாசம் பெற்று வந்த காரியத்தை மறந்து விட்டார்கள். இவ்வாறு ஒன்பது பேரை

அனுப்ப ஒன்பதின்மரும் அர்ஹந்த பலன் பெற்றுத் துறவியாய் விட்டார்கள்.

பிறகு சுத்தோதன அரசர் யோசித்துக் கடைசியாக உதாயி என்பவரை அனுப்பத் தீர்மானித்தார். இந்த உதாயி என்பவர் சித்தார்த்த குமாரன் பிறந்த அதே நாளில் பிறந்தவர். சித்தார்த்த குமாரனின் இளமை வயதில் அவருடன் நண்பராக இருந்து விளையாடியவர்.

"அப்பா உதாயி! என் குமாரனை அழைத்து வரும்படி என் அமைச்சர் பத்துப் பேரையும் பத்தாயிரம் பரிவாரங்களுடன் அனுப்பினேன். போனவர்கள் திரும்பி வரவில்லை. ஒரு செய்தியும் தெரியவில்லை. எனக்கோ வயதாய்விட்டது. எப்போது மரணம் நேரிடுமோ தெரியாது. ஆகையினாலே நீ போய் என் புத்திரனை அழைத்துக்கொண்டு வா" என்று சுத்தோதன அரசர் கூறினார்.

"அரசே! நான் சந்நியாசம் பெற எனக்கு உத்தரவு கொடுப்பீர்க ளானால், நான் போய் அவரை அழைத்து வருகிறேன்" என்றான் உதாயி.

"உன் விருப்பம்போலச் செய்யலாம். ஆனால், என் மகனை என்னிடம் அழைத்துக்கொண்டு வரவேண்டும்" என்றார் அரசர்.

உதாயி பரிவாரங்களுடன் புறப்பட்டு வெளுவனம் சென்று பகவன் புத்தரிடம் உபதேசம் கேட்டு அர்ஹந்த பலம் அடைந்து ஏக பிக்குவிதமாகச் சந்நியாசம் எடுத்து உபசம்பதாவையும் பெற்றார்.

எட்டுநாட்கள் சென்ற பிறகு உதாயிதேரர், புத்தரைக் கபிலவத்து நகரம் அழைத்துப்போக எண்ணினார். அப்போது வேனிற்காலம். உதாயிதேரர், பகவன் புத்தரிடம் சென்று வணங்கி இவ்வாறு கூறினார்.

"பகவரே! இப்போது மரங்கள் அழகான பூக்களைப் பூக்கின்றன. பூக்கள் அழகாக இருக்கின்றன. மலர்ந்த பூக்களிலிருந்து எல்லாப் பக்கங்களிலும் நறுமணம் வீசுகிறது. பழுத்த இலைகள் விழுந்து புதிய தளிர்கள் துளிர்க்கின்றன. ரோகிணி நதியைக் கடந்து கபிலவத்துக்குப் புறப்பட்டுப் போகும் காலம் வந்தது.

பகவரே! புறப்படுங்கள். ஜனங்களின் நன்மைக்காக அங்கே போகப் புறப்படுங்கள்."

"உழவர்கள் நிலத்தை உழுது பயிர் செய்கிறார்கள். வியாபாரிகள், ஊதியத்தைக் கருதிக் கடலைக் கடந்து சென்று செல்வம் திரட்டுகிறார்கள். குடியானவர் மீண்டும் மீண்டும் விதைத்துப் பயிரிடுகிறார்கள். மழையும் அடிக்கடி பெய்துகொண்டேயிருக்கிறது. மீண்டும் மீண்டும் தானியங்கள் விளைந்துகொண்டேயிருக்கின்றன. பிச்சைக்காரர் மீண்டும் மீண்டும் பிச்சைகேட்டுக் கொண்டேயிருக் கிறார்கள். தனவந்தர் மீண்டும் மீண்டும் தானம் கொடுக்கிறார்கள். ஊக்கமும் அறிவும் முயற்சியும் உள்ளவர் எந்தக் குடும்பத்தில் பிறக்கிறாரோ அந்தக் குடும்பத்தை ஏழு தலைமுறைக்கு அவர் புகழையுண்டாக்குகிறார்.

"பகவரே! தாங்கள் எல்லோரினும் பெரியவர். இம்மையிலும் மறுமையிலும் நன்மை தர வல்லவர். மக்களின் பாவச் செயல்களைத் தடுத்து நன்மைகளை மேற்கொள்ளச் செய்யும் ஆற்றல் படைத்தவர். தங்கள் தந்தையாகிய சுத்தோதன அரசரும் சாக்கிய ஜனங்களும் தங்களைக் காணும்படி எழுந்தருள வேண்டும்?" என்று பலவாறு வேண்டினார்.

கபிலபுரம் செல்லல்

உதாயி தேரரின் வேண்டுகோளுக்கு இணங்கிப் பகவன் புத்தர் கபில வத்து நகரம் போகப் புறப்பட்டார். அர்ஹந்தர்களுடன் புறப்பட்டு, இடைவழியிலே கூடுகிற மக்களுக்குத் தர்மோபதேசம் செய்து கொண்டே ஒரு நாளைக்கு ஒரு யோசனை தூரம் நடந்து சென்றார். இரண்டு திங்கள் நடந்து வைசாக பௌர்ணமி நாளிலே கபிலவத்து நகரத்தையடைந்தார். உதாயிதேரர் முன்னதாகச் சென்று இவர் வருகையைச் சுத்தோதன அரசருக்கும் மற்றவர்களுக்கும் தெரிவித்தார். அவர்கள் இவர் வரவை எதிர்பார்த்து, இவர் தங்குவதற்காக நிக்ரோத ஆராமம் என்னும் தோட்டத்தை அழகுபடுத்தி வைத்தார்கள்.

பகவன் புத்தர், நகரத்திற்கு வந்தபோது மலர் முதலியவற்றை எடுத்துக்கொண்டு நகர மக்கள் அவரை

எதிர்கொண்டு அழைத்தார்கள். அவர்கள் சிறுமிகளை முதலில் அனுப்பினார்கள். அவர்களுக்குப் பிறகு அரச குமாரர்கள் எதிர்கொண்டு அழைத்தார்கள். பகவன் புத்தர் கணக்கற்ற அர்ஹந்தரோடு நிக்ரோத ஆராமத்தில் சென்று தங்கினார். ஆனால், இயற்கையிலே இறுமாப்புள்ள அரசகுலத்தில் பிறந்த சாக்கியர்கள், 'சித்தார்த்த குமரன் வயதிலே நமக்கு இளையவன்; நமக்கு மருமகனாக வுள்ளவன்; பேரனாகவுள்ளவன்; என்று நினைத்துத் தாங்கள் வணக்கம் செய்யாமல் தமது குமாரர்களையும் குமாரத்திகளையும் வணக்கம் செய்வித்தார்கள்.

அவர்களுடைய எண்ணத்தை அறிந்த பகவன் புத்தர், தமது இருத்தியினாலே மண்ணிலிருந்து கிளம்பி ஆகாயத்திலே நின்றார். இதனைக் கண்ட சுத்தோதன அரசர் "உத்தமரே! நீர் பிறந்த நாளிலே அசித முனிவரை வணங்க உம்மை அழைத்துவந்தபோது உமது பாதங்கள் முனிவர் சிரசில் பட்டதைக் கண்டு நான் உம்மை வணங்கினேன். அது என்னுடைய முதலாவது வணக்கம். வப்பமங்கல விழாவிலே நாவல் மரத்தின் கீழே தாங்கள் யோகத்தில் அமர்ந்திருந்ததைப் பார்த்து வணங்கினேன். அது என்னுடைய இரண்டாவது வணக்கம். இப்போது உமது இருத்தியைக் கண்டு உம்மை வணங்குகிறேன். இது என்னுடைய மூன்றாவது வணக்கம்" என்று கூறிக் கைகூப்பிப் புத்தரை வணங்கினார். இதைக் கண்ட மற்ற சாக்கியர்களும் இவரைக் கை கூப்பி வணங்கினார்கள்.

பாவா நகரத்தில் மள்ளர் குலத்தில் பிறந்த நான்கு அரச குமாரர்கள் அவ்வமயம் ஏதோ காரணமாகக் கபிலவத்து நகரத்துக்கு வந்திருந்தார்கள். அவர்கள் பெயர் கோதிகன், சுபாகு, வல்லியன், உத்தியன் என்பன. அவர்கள் புத்தர் பெருமான் ஆகாயத்தில் நின்று காட்டிய இருத்தியைக் கண்டு வியப்படைந்தார்கள். பிறகு, அவர்கள் பௌத்த மதத்தில் சேர்ந்து சந்நியாசம் பெற்றார்கள். கொஞ்ச நாளைக்குப் பிறகு அவர்கள் அர்ஹந்த நிலையை யடைந்தார்கள்.

பிறகு, பகவன் புத்தர் ஆகாயத்திலிருந்து இறங்கிக் கீழே வந்து தமது ஆசனத்தில் அமர்ந்து அங்கு வந்திருந்த மக்கள் கூட்டத்திற்கு வெஸ்ஸந்தர ஜாதகத்தைக் கூறினார். எல்லோரும் இன்பம் அடைந்தார்கள் பின்னர் எல்லோரும் கேட்டு

இன்பம் அடைந்தார்கள். பின்னர் எல்லோரும் பகவன் புத்தரை வணங்கித் தத்தம் இல்லங்களுக்குச் சென்றார்கள். ஒருவரும் அடுத்தநாள் அவரை உணவுக்கு அழைக்கவில்லை. ஏனென்றால், பகவன் புத்தர் செய்தருளிய உபதேசத்தைக் கேட்டதனால் அவர்கள் மனம் அதிலேயே அழுந்திக் கிடந்தது. அதனால், அவர்களுக்கு அவரை உணவுக்கு அழைக்க நினைவு இல்லாமற் போயிற்று. பகவன் புத்தர் அன்றிரவு சீடர்களுடன் நிக்ரோத ஆராமத்திலேயே தங்கினார்.

அடுத்த நாள் பிக்ஷா நேரம் வந்தபோது பகவன் புத்தர் தமது சீடர்களுடன் புறப்பட்டுக் கபிலவத்து நகரத்தில் வீடு வீடாகப் பிக்ஷைக்குச் சென்றார். நகர மக்கள் தங்கள் தங்கள் மாளிகைகளின் சிங்கபஞ்சரம் என்னும் சாளரங்களைத் திறந்து, "நமது அரச குமாரராகிய சித்தார்த்த குமரன் பிக்ஷைக்காகப் போகிறார்" என்று சொல்லிக்கொண்டு ஆச்சரியத்தோடு பார்த்துக் கொண்டேயிருந் தார்கள். யசோதரைத் தேவியார், பகவன் புத்தர் பிக்ஷைக்குப் போகிறதைக் கேள்விப்பட்டுச் சிங்கபஞ்சரத்தைத் திறந்து பார்த்தார். அப்போது அவர் தமக்குள் இவ்வாறு எண்ணினார். "என்னுடைய கணவர், முன்பு இந் நகரத்தில் உலாவச் சென்றபோது பொற்றேரில் அமர்ந்து அறுபத்து நான்கு விதமான ஆபரணங்களை அணிந்து மாணிக்கங்களினாலே ஒளிவிடுகிற கிரீடத்தை அணிந்து, ஒருலக்ஷம் பொன் விலையுள்ள முத்துமாலைகளை மார்பிலே தரித்து இந்திரன் போலச் சென்றார். இப்போது தலைமுடியையும் தாடி மீசைகளையும் மழித்துப் போட்டு அரையிலும் தோளிலும் காவியாடை யணிந்து ஒரு பாத்திரத்தைக் கையில் எடுத்துக் கொண்டு கால்நடையாகப் பிக்ஷைக்கு வருகிறாராம். இந்தக் கோலம் அவருக்கு உசிதமானதா என்பதைப் பார்ப்போம்" என்று சிந்தித்துக் கொண்டிருந்தார்.

அப்போது பகவன் புத்தர் அவ்வழியே வர அவருடைய திருமேனியிலிருந்து ஆறு நிறமுள்ள புத்த ஒளி வீசியதைக் கண்டு யசோதரைத் தேவியார் வியப்படைந்தார். அப்போது பகவன் புத்தருடைய திருமேனியின் அழகைப்பற்றிக் கேசாதிபாதமாக (தலை முதல் பாதம் வரையில்) வர்ணனை செய்து எட்டுப் பாடல்களைத் தம்மையறியாமலே பாடினார். பிறகு, ஓடோடிச் சென்று, தமது மாமனாரான சுத்தோதன

அரசரிடம் போய், "தங்களுடைய குமாரர் தெருவழியே பிகைஷ எடுத்துக் கொண்டே போகிறார்" என்று தெரிவித்தார்.

இதைக் கேட்ட அரசர் திடுக்கிட்டெழுந்து விரைந்து சென்று பகவன் புத்தர் முன்னிலையில் நின்று, "சுவாமி! நமக்கு ஏன் வெட்கத்தை உண்டாக்குகிறீர். எதற்காகப் பிகைஷ ஏற்கிறீர். பிக்ஷுக்களுக்கு அரண்மனையில் ஆகாரம் கொடுக்க முடியாது என்று ஜனங்களுக்குத் தெரிவிக்கிறீர்களா?" என்று கேட்டார்.

அப்போது பகவன் புத்தர், "மகாராசரே! இது நமது பரம்பரை வழக்கம்" என்று விடை கூறினார்.

இதைக் கேட்டு வியப்படைந்த சுத்தோதன அரசர், "சுவாமி! நமது பரம்பரை என்றால், மகாசம்பிரத க்ஷத்திரிய ராஜவம்சம். இதில் பிகைஷக்குப் போன அரசர் ஒருவரும் இருந்ததில்லை" என்று கூறினார்.

"மகாராசரே! தாங்கள் கூறுவது தங்களுடைய பரம்பரை. நமது பரம்பரை என்றால், தீபாங்கரர், கொண்டஞ்சர் முதலான புத்தர்களுடைய பரம்பரை, அந்தப் புத்தர்களும் அவர்களுக்கு முன்பிருந்த ஆயிரக்கணக்கான புத்தர்களும் பிகைஷயாசித்து வாழ்ந்தார்கள்" என்று அருளிச் செய்தார்.

பிறகு, அரசர், பகவன் புத்தர் கையிலிருந்த பிக்ஷா பாத்தி ரத்தைத் தமது கையில் வாங்கிக் கொண்டு புத்தரையும் பிக்குச் சங்கத்தாரையும் அரண்மனைக்கு அழைத்துச் சென்றார். சென்று அரண்மனையிலே எல்லோருக்கும் உணவு கொடுத்து உண்பித் தார். உணவு சாப்பிட்டான பிறகு பகவர், அவருக்கு அனுமோதனா உபதேசம் செய்தார். அதனைக் கேட்ட அரசர் சக்ருதாகாமி நிலையை அடைந்தார். அவருடன் இருந்து உபதேசம் கேட்ட பிரஜா கௌதமியும் ஸ்ரோதாபத்தி நிலையைப் பெற்றார்.

யசோதரையார்

யசோதரைத் தேவியார் பகவன் புத்தரைப் பார்க்கவரவில்லை. பகவன் புத்தர், தமது பிகைஷப் பாத்திரத்தைத் சுத்தோதன அரசரிடம் கொடுத்து யசோதரையாரிடம் கொண்டுபோகச் சொல்லித் தாமும் அவரைப் பின் தொடர்ந்தார். பகவன்

புத்தர் தமது இருப்பிடத்திற்கு வருவதையறிந்த யசோதரையார் எதிர் சென்று, அவர் பாதத்தில் வீழ்ந்து வணங்கி அவருடைய இரு பாதங்களையும் பிடித்துக்கொண்டு அழுதார். புத்தர், யசோதரையாரைத் தமது மகள் போலக் கருதி வாளா இருந்தார். பிறகு யசோதரையாரின் மனம் தன் வயப்பட்டபோது சுத்தோதன அரசரையும் பகவன் புத்தரையும் கண்டு வெட்கங்கொண்டு எழுந்து மௌனமாக இருந்தார்.

அப்போது சுத்தோதன அரசர், பகவன் புத்தரிடம் இவ்வாறு கூறினார். "சுவாமி! தாங்கள் ஆடையணிகளை நீக்கிக் காவி உடை தரித்ததைக் கேட்டு என் மருமகளும் ஆடை அணிகளைக் கழற்றி விட்டுக் காஷாய ஆடை அணிந்தார். ஒரு நாளைக்கு ஒரே வேளை உணவு உண்டார். தாங்கள் விலையுயர்ந்த ஆசனங்களை நீக்கிச் சாதாரண ஆசனத்தில் அமர்வதைக் கேட்டு இவரும் சாதாரண ஆசனத்தில் அமர்வதை வழக்கமாகக் கொண்டார். அரச போகங்களை எல்லாம் நீக்கி ஒரு துறவியைப் போலவே வசித்துவருகிறார்" இவ்வாறு யசோதரைத் தேவியாரைப் பற்றிச் சுத்தோதன அரசர் கூறியதைக் கேட்ட பகவன் புத்தர் அவர்களுக்குச் சந்திர கின்னர ஜாதகக் கதையை உபதேசம் செய்தார்.

யசோதரையார் தாமும் பிக்குணியாக விரும்பினார். ஆனால், பகவன் புத்தர் அதற்கு இணங்காமல், அவருக்குத் துறவு கொடுக்க மறுத்தார்.

இராகுலன்

கபிலவத்து நகரத்திற்குப் பகவன் புத்தர் வந்த ஏழாம் நாள், பிக்குச் சங்கத்தாருடன் அரண்மனைக்குப் போய் பகவன் புத்தர் உணவு கொண்டார். அப்போது யசோதரைத் தேவியார், தமது ஏழு வயதுள்ள இராகுல குமாரனை நன்றாக அலங்காரம் செய்து, "மகனே! அதோ பிக்குகள் சூழப்போகிற, பொன்நிறமாகப் பிரகாசிக்கிறவர் உன்னுடைய தகப்பனார். உனக்கு உரியதை அவரிடம் கேட்டுப் பெற்றுக்கொள்" என்று கூறி அனுப்பினார். இராகுல குமாரன் புத்தரிடம் போய், மிக அன்போடு "ஓ! சிரமணரே! தங்களுடைய நிழல் எனக்கு மிகவும் சுகமானது" என்பது முதலாகச் சில

வார்த்தைகள் கூறினார். பகவன் புத்தர் பிக்குச் சங்கத்துடன் உணவு கொண்டபிறகு அனுமோதனா தர்மோப தேசம் செய்து ஆசனத்திலிருந்து எழுந்து நடந்தார். இராகுல குமாரனும், "சிரமணரே! எனக்குக் கிடைக்க வேண்டியதைக் கொடுங்கள்" என்று பின் தொடர்ந்து சென்றான்; புத்தரும், குமாரனை வர வேண்டாமென்று தடுக்கவில்லை. பார்த்துக் கொண்டிருந்தவர்களும் தடுக்கவில்லை. குமாரன் பகவரைப் பின் தொடர்ந்து விகாரைக்குச் சென்றார்.

பகவன் புத்தர், எனக்குப் போதிமண்டலத்திலே கிடைத்த ஏழு விதமான உத்தம தனத்தை இவனுக்குக் கொடுப்பேன் என்று தமக்குள் நினைத்து, சாரிபுத்திர தேரரை அழைத்து, இராகுல குமாரனுக்குச் சந்நியாசம் தரும்படிச் சொன்னார். சாரிபுத்திர தேரர், "சுவாமி, எப்படிச் சந்நியாசம் கொடுப்பேன்?" என்று கேட்க, பகவர், திரிசரணத்தை எடுக்கச் செய்து ஸாமநேர சந்நியாசத்தைக் கொடுக்கச் சொன்னார். அவ்வாறே இராகுல குமாரனுக்குச் சந்நியாசம் கொடுக்கப்பட்டது.

இராகுல குமாரனுடைய சந்நியாசத்தைச் சுத்தோதன அரசர் அறிந்து மிகவும் விசனமடைந்தார், அவர் பகவன் புத்தரிடம் வந்து, வணக்கம் செய்து ஒரு பக்கத்திலே இருந்து, பெற்றோர்களுடைய அனுமதியில்லாமல் சிறுவர்களுக்குச் சந்நியாசம் கொடுக்கக் கூடாது என்னும் வரந்தரும்படி வேண்டிக் கொண் டார். பகவன் புத்தர் அதற்கு இணங்கிப் பிக்ஷுக்களை அழைத்து "பிக்ஷுக்களே! இனிப் பெற்றோருடைய அனுமதி கிடைக்காத சிறுவர்களுக்குச் சந்நியாசம் கொடுக்காதீர்கள்" என்று கூறிச் சட்டம் செய்தார்.

அடுத்த நாள், சுத்தோதன அரசருக்கும் கௌதமி தேவிக்கும் பிறந்த நந்தகுமாரனுக்கு இளவரசுப் பட்டமும் திருமணமும் நடக்க ஏற்பாடாகியிருந்தது. பகவன் புத்தர், நந்தகுமாரனுடைய மாளிகைக்குச் சென்று, உணவு அருந்தி பிக்ஷாபாத்திரத்தை நந்தகுமாரன் கையில் கொடுத்து முன்னே நடந்தார். நந்தகுமரன் அவரைப் பின்தொடர்ந்து சென்றான். அப்போது, மணப் பெண்ணாகிய ஜனபத கல்யாணி என்பவள், நந்தகுமரனைக் கண்ணால் பார்த்து, "ஓ. கணவரே! உடனே விரைவாகத் திரும்பி வாருங்கள்" என்று கூறுவது போல நோக்கினாள். குமரனும் அதனை அறிந்து, 'பாத்திரத்தை எப்போது வாங்கிக் கொள்வார்' என்று நினைத்த வண்ணம் பின்தொடர்ந்தான்.

பகவர் விகாரைக்குச் சென்றார்; குமரனும் மரியாதையோடு பின்தொடர்ந்தான். அப்போது பகவர் நந்தனைப் பார்த்து, "நந்தா! நீ சந்நியாசம் பெறுவதற்கு விரும்புகிறாயா?" என்று கேட்டார். அவனும் "ஆம்" என்று விடை கொடுத்தான். பகவன் புத்தர் நந்தகுமாரனுக்குச் சந்நியாசம் கொடுத்தார்.

அரச குடும்பத்திலே பிறந்த அநேக அரசகுமாரர் பகவன் புத்தரிடம் வந்து தர்மங்கேட்டுத் துறவுபூண்டனர். பிறகு, பத்தியர், அநுருத்தர், ஆனந்தர், பகு, கிம்பிலர், தேவதத்தர் என்னும் ஆறு குமாரர்களும் ஒரு வாரம் வரையில் தேவர்கள் போல அரச போகத்தை அனுபவித்துப் பிறகு, எட்டாம் நாள் உபாலி என்னும் அம்பட்டனை அழைத்துக் கொண்டு மள்ளர் நாட்டில் அனுபியவனம் என்னும் தோட்டத்தில் தங்கியிருந்த பகவன் புத்தரிடம் சென்றார்கள். சென்று துறவு கொள்வதற்குத் தங்களுடைய ஆடை அணிகளை யெல்லாம் களைந்து உபாலி யிடம் கொடுத்தார்கள். உபாலி முதலில் அவைகளை ஏற்றுக் கொண்டான். பிறகு யோசித்துத் தானும் துறவு கொள்வதாகக் கூறினான். பகவன் புத்தரிடம் வந்தவுடன், அவர்கள் வணங்கித் தங்களுக்குத் துறவு கொடுக்கும்படிக் கேட்டார்கள். அன்றியும் முதலில் உபாலிக்குத் துறவு கொடுக்கும்படிச் சொன்னார்கள். அவ்வாறே இவர்கள் எல்லோருக்கும் சந்நியாசம் அளிக்கப்பட்டது.

ஜேதவன தானம்

பகவன் புத்தர் இராசகிருகம் அடைந்து சீதவனம் என்னும் இடத்தில் தங்கியிருந்தபோது, சிராவத்தி நகரத்தில் இருந்து வந்திருந்த சுதத்தன் என்னும் செல்வப் பிரபு, இராசகிருகத்திற்கு வந்திருந்தான். இவனுக்கு அனாத பிண்டிகன் என்னும் பெயரும் உண்டு. இப்பிரபு உலகத்திலே புத்தர் தோன்றியுள்ளார் என்பதைக் கேள்விப்பட்டு, 'அடுத்த நாள் சீதவனத்துக்கு வந்து பகவரைக் கண்டு வணங்கி உபதேசம் கேட்டான். அடுத்த நாள் புத்த சங்கத்தாருக்குப் புத்தர் தலைமையில் பெருஞ் செல்வத்தைத் தானம் செய்தான். பிறகு, சிராவஸ்தி நகரத்திற்கு எழுந்தருள வேண்டுமென்று பகவரை வணங்கிக் கேட்டுக் கொண்டான்.

புத்தரை வரவேற்பதற்காக அனாத பிண்டிகன் முன்னதாக சிராவத்தி நகரம் சென்றான். சென்று, ஜேதன் என்னும் அரசனுக்கு உரியதான ஜேதவனம் என்னும் தோட்டத்தைப் பதினெட்டுகோடி பொன் விலை கொடுத்து வாங்கி, அதில் விகாரை யையும், அதன் நடுவில் பகர் தங்குவதற்காகக் கந்தகுடியையும் தேரர்கள் தங்குவதற் குரிய இடங்களையும் அமைத்தான். பகவன் புத்தர் அங்கு எழுந் தருளியபோது அவரைச் சிறப்பாக வரவேற்று அவருக்கு ஜேதவ னத்தையும் விகாரையையும் நீர் பெய்து தாரைவார்த்துக் கொடுத்தான். பகவன் புத்தர் அவைகளைப் பிக்குச் சங்கத்தின் சார்பாக ஏற்றுக் கொண்டார். பகவன் புத்தர், அங்கு மக்களுக்கு அற நெறிகளைப் போதித்துக் கொண்டிருந்தார்.

ஜீவகன்

அக் காலத்தில் ஜீவகன் என்னும் பெயருள்ள கை தேர்ந்த வைத்தியன் இருந்தான். இவன் உச்யினி நாட்டின் அரசன் பிரத் யோதன் என்பவனுக்கும், மகத நாட்டு அரசன் விம்பசாரனுக்கும் வைத்தியனாக இருந்தான். பகவன் புத்தருக்கு வயிற்றுவலி ஏற் பட்டபோது இந்த ஜீவகன் மருந்து கொடுத்து நோயைப் போக்கி னான். அன்றியும், பிரத்யோத அரசன் தனக்கு வெகுமதியாகக் கொடுத்த விலையுயர்ந்த ஆடைகளைப் பகவன் புத்தருக்கு அன்புடன் வழங்கினான்.

கொள்ளை நோய்

வெளுவனத்தில் தங்கியிருந்தபோது, வைசாலி நகரத்தார் அனுப்பிய தூதுவர்கள் வந்து, அந்த நகரத்தில் உள்ள கொள்ளை நோய்ப் பீடையை ஒழிக்கும்படி கேட்டுக் கொண்டார்கள். ஆறுவகை யான சமயத்துத் தலைவர்கள் வந்து அந்நோயைப் போக்க முயன்றனர். ஆனால், அந்நோய் நீங்கவில்லை. அவர்கள் வேண்டுகோளுக்கு இணங்கிப் பகவன் புத்தர் வைசாலிக்குச் சென்றார். சென்றவுடனே கொள்ளை நோய் நீங்கிற்று. நோயாளிகள் நலன் அடைந்தார்கள். பிறகு பகவன் புத்தர் அங்கு அரதன சூத்திரத்தை ஓதி உபதேசம்

செய்தார். பெருந்தொகையானவர் பௌத்தரானார்கள். பிறகு பகவன் வெளுவனத்திற்குத் திரும்பி வந்தார்.

போரை நிறுத்தியது

அக்காலத்தில் சாக்கியருக்குங் கோலியருக்கும் பகை ஏற்பட்டுப் போர் செய்யத் தொடங்கினார்கள். நாட்டில் மழை பெய்யாமல் வற்கடம் ஏற்பட்டது. இரண்டு நாட்டாருக்கும் இடையே பாய்ந்து வயல்களுக்கு நீர்கொடுத்த உரோகிணி ஆற்றில் நீர் குறைந்தது. நிலங்களுக்கு நீரைப் பாய்ச்சுவதில் ஏற்பட்டதுதான் இந்தப் பகையும் போரும். இரு நாட்டாரும் போருக்கு ஆயத்தமாக நின்றபோது, பகவன் புத்தர் தமது ஞானக் கண்ணினால் இந் நிகழ்ச்சியை யறிந்து, போர்க்களத்தின் இடையே இருதரத்தாருக்கும் நடுவில் ஆகாயத்திலே நின்று, அறவுரை நிகழ்த்தினார். அதனைக் கேட்ட இருதரத்தாரும் போரை நிறுத்தினார்கள். அன்றியும் உபதேசங்கேட்டுப் பௌத்தர் ஆனார்கள்.

சுத்தோதனர் மோக்ஷம்

சில காலஞ் சென்றபிறகு சுத்தோதன அரசர் நோய் வாய்ப்பட்ட செய்தி அறிந்த பகவன் புத்தர் சில பிக்குகளுடன் புறப்பட்டுத் தமது இருத்தியினாலே ஆகாயத்தில் பறந்து சென்று நோயாய்க்கிடந்த அரசருக்கு நிலையாமை என்பது பற்றி அறவுரை வழங்கினார். அதனைக் கேட்ட அரசர் அர்ஹந்த நிலை யடைந்து புத்தரைத் தொழுது நிர்வாண மோக்ஷம் அடைந்தார்.

சுத்தோதன அரசர் இறந்த பிறகு, பகவன் புத்தரின் இளைய தாயாரான பிரஜா கௌதமி தேவியார், துறவு கொள்ள விரும்பினார். அவர் ஆலவனத்தில் தங்கியிருந்த பகவரிடம் வந்து தமக்குச் சந்நியாசம் கொடுத்துப் பிக்குணியாக்கும்படிக் கேட்டுக்கொண்டார். மகளிரைப் பௌத்தப் பிக்ஷு சங்கத்தில் சேர்க்க விருப்பம் இல்லாத படியால் பகவர், அவருக்கு சந்நியாசம் கொடுக்க மறுத்து வைசாலி நகரத்திற்குப் போய்விட்டார்.

பிக்ஷுணிச் சங்கம்

ஆனால், பிரஜா கௌதமி தேவியாரும் மற்றும் சில ஸ்திரீகளும் தலைமயிரைச் சிறைத்துக்கொண்டு, மஞ்சள் ஆடை அணிந்து, கால் நடையாக வைசாலி நகரத்திற்குப் பகவரை நாடிச் சென்றார்கள். வழி நடந்ததால் கால்கள் வீங்க, புழுதி படிந்த ஆடையுடன் அவர்கள் அழுதுகொண்டே பகவன் புத்தர் தங்கியிருந்த இடத்திற்கு வந்தார்கள். அவர்களைப் பகவரின் அணுக்கத் தொண்டரான ஆனந்தமகாதேரர் கண்டு, அவர்களிடம் சென்று, அவர்கள் வந்த காரணத்தை யறிந்து, பகவன் புத்தரிடம் சென்று செய்தியைக் கூறி, அவர்களுக்காகப் பரிந்து பேசினார்.

பகவர், தமது பௌத்தச் சங்கத்தில் மகளிரைச் சேர்க்க விரும்ப வில்லை. ஆனால், ஆனந்த மகாதேரர், பிரஜா கௌதமியார் புத்தருடைய குழந்தைப் பருவத்தில் அவரைப்போற்றி வளர்த்ததைச் சுட்டிக்காட்டி, அவரைச் சங்கத்தில் சேர்த்துக்கொள்ள வேண்டினார். அதன்மேல் பகவர் பிக்குணிகளுக்கென்று எட்டுவிதமான கடமைகளை வகுத்து அக்கடமைகளை ஏற்றுக்கொண்டால் பிக்குணிகள் சங்கத்தில் சேரலாம் என்று உத்தரவு கொடுத்தார். அந்தக் கடமைகளை ஏற்றுக் கொண்டபடியால் அந்த ஸ்திரீகள், சங்கத்தில் பிக்குணிகளாகச் சேர்க்கப்பட்டனர்.

பகவன் புத்தர் ஸ்திரீகளைச் சங்கத்தில் சேர்த்துக்கொள்ள உடன் பட்டபோதிலும் அதனால் நேரிடப் போகிற தீமையை நன்கு உணர்ந்தார். அவர் ஆனந்த மகா தேரரிடம், "பௌத்த சங்கத்திலே ஸ்திரீகள் சேர்க்கப்படாமல் இருந்தால், பௌத்த தர்மம் ஆயிரம் ஆண்டுகள் நிலைபெற்றிருக்கும். ஸ்திரீகள் சேர்க்கப்படுவதனாலே தர்மம் இப்போது ஐந்நூறு ஆண்டுகள் தான் நிலைத்திருக்கும்" என்று அருளிச் செய்தார்.

இராசமாதேவி கேமை

வைசாலியிலிருந்து ததாகதர் சிராவத்தி நாட்டுக்குச் சென்று அங்குக் கார்காலத்தைக் கழித்தார். பின்னர் இராசகிருகம் திரும்பி வந்தார். வந்து வெளுவனத்தில்

தங்கியிருந்தபோது, விம்பசார அரசன் இராணியாகிய கேமை என்பவள் பௌத்த உபாசிகையானாள். கேமை, தான் மிகவும் அழகுள்ளவள் என்னும் இறுமாப்பினாலே பகவன் புத்தரிடம் வர விரும்பவில்லை. விம்பசார அரசன் பகவரைக் காண வரும்போது இவ்வரசியையும் வரும்படி அழைப்பார். இறுமாப்புள்ள அரசியார் வர மறுப்பார். ஒரு சமயம், அரசியார், வெளு வனத்தில் ஒரு புறம் உலாவிக் கொண்டிருந்தபோது, விம்பசார அரசன் அரசியாரைப் புத்தரிடம் அழைத்து வந்தார்.

ததாகதர், அரசியாரின் அழகைப் பற்றிய துரபிமானத்தை நீக்கக் கருதி, தமது இருத்தி சக்தியினாலே ஆகாயத்திலே ஒரு அழகான தெய்வ மகள் தோன்றும்படிச் செய்தார். அவ்வாறு தோன்றிய அழகான தெய்வ மகளை அரசியார் வியப்புடன் பார்த்துக் கொண்டிருந்தபோது, அப்பெண் உருவம், இளமைப் பருவம் நீங்கி நடுத்தர வயதடைந்தது. பிறகு, நடுத்தர வயது நீங்கிக் கிழப்பருவம் அடைந்தது. பின்னர் கிழப் பருவத்திலே அப்பெண் உருவம் செத்துப்போயிற்று. இக்காட்சியைக் கண்ட கேமை என்னும் அரசியாருக்குத் தமது அழகைப் பற்றிய இறு மாப்பு நீங்கியது. பகவன் புத்தருடைய உபதேசத்தைக் கேட்கவேண்டும் என்னும் எண்ணம் உண்டாயிற்று. அப்போது, ததாகதர் சில சூத்திரங்களை ஓதினார். அதைக் கேட்ட அரசியார் அர்ஹந்த நிலையையடைந்தார். அந்நிலையடைவதற்கு முன்பு மாரன் அரசியாரை மருட்டினான். ஆனால் மாரனை வென்று அர்ஹந்த நிலையையடைந்தார் அவர்.

அறுவகைச் சமயத்தார்

பகவன் புத்தருக்கு எதிரிகளாக ஆறு குருமார்கள் இருந்தார்கள். அவர்கள் பூரணகாசிபர், மக்கலி கோசாலர், அஜித கேசகம்பளி, பகுட கச்சாயனர், நிகந்த நாதபுத்திரர், சஞ் சய பெலட்டிபுத்திரர் என்பவர்கள். இந்த அறுவரும் வைசாலி நகரத்தாரால் தங்கள் நாட்டில் ஏற்பட்டிருந்த கொள்ளை நோயைத் தீர்ப்பதற்காக வரவழைக்கப்பட்டு, அவர்களால் அந்நோய் தீர்க்கப்படாமல் போகவே, மேலே கூறப்பட்டது

போல பகவன் புத்தரை அவர்கள் அழைக்க அவர் சென்று அந்நோயைப் போக்கினார்.

அந்தச் சமயத்தாருக்கு ஏராளமான சீடர்கள் இருந்தும் அவர்கள் பகவன் புத்தருடைய செல்வாக்கையும் சிறப்பையும் கண்டு பொறாமை கொண்டார்கள். இவர்கள் விம்பசார அரசனிடம் செல்வாக்குப்பெற எவ்வளவோ முயன்று பார்த்தும் வெற்றி பெறாமல் சிராவத்தி நாட்டு அரசன் பிரசேனஜித்து என்பவனிடம் செல்வாக்குப் பெறலாம் என்று நினைத்து அவனிடம் சென்றார்கள். சென்று தங்களுடைய இருத்தி யினால் சில அதிசயங்களை உண்டாக்கிக் காட்டி அவ்வரசனைத் தங்கள் பக்கம் வசப்படுத்த முயன்றார்கள். இதையறிந்த பகவன் புத்தர், சிராவத்திக்குச் சென்று அரசன் முன்பும் மக்களின் முன்பும் தமது இருத்தி சக்தியினாலே அற்புதத்தைச் செய்து காட்டினார்.

ததாகதர் செய்த அற்புதம் இது. ததாகதர் ஆகாயத்திலே கிழக்கு மேற்காகக் கீழ்க்கோடி முதல் மேற்குக் கோடிவரையில் ஒரு பெரிய சாலையை உண்டாக்கினார். அந்தச் சாலையின்மேல் ததாதகர் நின்று உலாவினார். உலாவிக் கொண்டிருந்தபோது சிவந்த நிறம் தோன்றியது. பிறகு அந்நிறம் பொன்நிறமாக மாறி உலகமெங்கும் பிரகாசித்தது. அங்கிருந்த பகவன் புத்தர் தர்மோபதேசம் செய்தார். கீழிருந்த அத்தனை ஜனங்களும் அவ் வுபதேசத்தைக் கேட்டு நான்கு வகையான உண்மைத் தத்துவத்தை உணர்ந்து கொண்டார்கள். இதனைக்கண்ட அறுவகைச் சமய குருமார்களும் திகைப்படைத்தார்கள். அவர்களால் இதுபோன்ற இருத்தியைச் செய்ய முடியவில்லை. அப்போது பகவன் புத்தர், "சூரியன் இல்லாதபோது மின்மினிகள் மின்னுகின்றன. சூரியன் வந்தபோது மின்மினிகள் இருந்த இடம் தெரியாமல் போகின்றன" என்று கூறினார். அறுவகைச் சமயக் குருமார்களில் ஒருவராகிய பூரண காசிபர் என்பவர், ஒரு புதுமையைச் செய்யத் தொடங்கினார். அது கைகூடாமற் போயிற்று. ஆகவே, அவர் வெட்கமடைந்து கனமுள்ள ஜாடியொன்றைக் கழுத்தில் கட்டிக் கொண்டு ஆற்றில் விழுந்து அமிழ்ந்து உயிரை விட்டார்.

புத்தர்கள் ஏதேனும் பெரிய புதுமைகளைச் செய்தால், உடனே அவர்கள் முப்பத்து மூன்று தேவர்கள் வாழும்

தேவலோகத்துக்குப் போவது வழக்கம். அந்த முறைப்படி, பகவன் புத்தரும் மேற்சொன்ன அற்புதத்தைச் செய்த பிறகு, தமது திருவுருவத்தை நிழல் போல விட்டுவிட்டுத் தேவலோகம் சென்றார். தமது திருத்தாயாரான மாயாதேவியார் வாழும் தேவலோகத்துக்குச் சென்று அறநெறியைப் போதித்தார். தெய்வ லோகத்தில் பகவன் புத்தர் இருந்தபோது, பூலோகத்தில் அவர் உபதேசம் செய்ய வேண்டியபடியால், அவர் விட்டுப்போன அவருடைய திருவுருவம் தினந்தோறும் பிக்ஷைக்குச் சென்று மக்களுக்கு உபதேசம் செய்து வந்தது. இவ்வாறு மூன்று திங்கள் பகவன் புத்தர் தேவலோகத்தில் தங்கியிருந்தார். பிறகு சக்கரன் (இந்திரன்) ஒருபுறமும் பிரமன் ஒருபுறமும் வர அவர்களின் இடையே பகவன் புத்தர் பூலோகத்துக்கு வந்தார்.

பொய்க் குற்றச் சாட்டு

பௌத்த மதத்திற்கு ஏற்பட்ட வெற்றியினாலும் தங்களுக்கு உண்டான தோல்வியினாலும் அவமானமும் பொறாமையும் கொண்ட அறுவகைச் சமயக் குருமாரும் புத்தர்மீது வஞ்சம் தீர்த்துக்கொள்ள நினைத்தார்கள். அவர்கள் நேர்மையான வழியைவிட்டுக் கீழான இழிந்த முறையைக் கையாண்டார்கள். தங்கள் மதத்தைச் சார்ந்த சிஞ்சா மாணவிகை என்னும் பெயருள்ள ஒரு அழகுள்ள மகளைத் தூண்டி விட்டு, பகவன் புத்தர்மீது அவதூறு கூறும்படி ஏவினார்கள். அவளும் அதற்கு உடன்பட்டாள்.

சிஞ்சா மாணவிகை, நாள்தோறும் இரவு வேளையில் பகவன் புத்தர் தங்கியிருந்த இடத்திற்கு வருவதும் காலை வேளையில் அவ் விடத்திலிருந்து போவதுமாகப் பலரும் பார்க்கும்படி பல நாட்கள் செய்து வந்தாள். இவ்வாறு பலமுறை இவளைப் பார்த்தவர்கள் இவள் மீது ஐயங்கொண்டார்கள். ஊரார் இதைப்பற்றி அவதூறு பேசவும் தொடங்கினார்கள். பிறகு அவள், வயிற்றில் கருவாய்த்துக் கர்ப்பம் கொண்டவள்போல நடித்தாள். கர்ப்பப் பெண்ணின் வயிறு போன்று மரத்தினால் செய்யப்பட்ட ஒரு பொருளை வயிற்றில் கட்டிக்கொண்டு சூல் கொண்டவள்போல நடித்தாள். இவ்வாறு நடித்து ஊராரிடத்தில் ஐயத்தையும் அபவாதப் பேச்சையும் உண்டாக்கினாள்.

ஒன்பது மாதம் சென்ற பிறகு, ஒருநாள் மாலை பகவன் புத்தர் தருமபோதனை செய்து கொண்டிருந்த இடத்திற்குப் போனாள். பெருங் கூட்டம் திரண்டிருந்த அந்தச் சபையிலே சென்று, பகவன் புத்தர்மீது கூடா ஒழுக்கக் குற்றம் சாற்றினாள். தான் கர்ப்பமானதுக்குக் காரணமாக இருந்தவர் புத்தர் என்றும் தனக்குப் பிள்ளைப்பேறு உண்டாகும் காலம் நெருங்கிவிட்டபடியால் அதற்கு வேண்டிய வழிவகைகளைச் செய்து கொடுக்கவேண்டும் என்றும் எல்லோருக்கும் மத்தியில் சென்று கூறினாள். அப்போது பகவான் புத்தர் தமது உபதேசத்தை நிறுத்திக்கொண்டு, "தங்காய்! நீ கூறுவது மெய்யா பொய்யா என்பது எல்லோருக்கும் தெரியாது. ஆனால், அதன் உண்மை உனக்கும் எனக்கும் தெரியும்" என்று கூறினார். அப்போது, என்ன அதிசயம்! அவள் கர்ப்பவதிபோல வயிற்றில் கட்டி யிருந்த மரத்துண்டு அவிழ்ந்து கீழேவிழுந்து அவள் கால் விரல் களைக் காயப்படுத்திற்று! சக்கரன் (இந்திரன்) தனது ஏவலாளர்களை ஏவ, அவர்கள் சுண்டெலிகள் போல் சென்று, கயிற்றைக் கரித்து, அவள் வயிற்றில் கட்டியிருந்த மரத்துண்டு அறுந்து விழும்படிச் செய்தார்கள்! அப்போது அங்கிருந்த ஜனங்கள் எல்லோரும் உண்மை யறிந்து அவளை வைது அடித்துத் துரத்தினார்கள். அவமானம் அடைந்து அவ்விடத்தினின்று அவள் ஓடினாள். பிறகு, பூமி வெடித்து அதில் விழுந்து நரகத்தை யடைந்தாள்.

சங்கத்தில் சச்சரவு

பகவன் புத்த பதவியடைந்த ஒன்பதாம் ஆண்டு, கார் காலத்தில் கோசிகன் என்பவருடைய கோசிகாராமத்தில் தங்கியிருந்தபோது பிக்கு சங்கத்தில் சச்சரவு உண்டாயிற்று. ஒரு பிக்கு தம்மையறியாமலே விநய ஒழுக்கத்தில் ஏதோ சிறு தவறு செய்துவிட்டார். அதை ஒரு பிக்கு கண்டித்தார். இதனால், பிக்குகள் இரு பிரிவினராகிச் சச்சரவு செய்தார்கள். இதையறிந்த பகவன் புத்தர், அவர்களை அழைத்து அவர்களைச் சமாதானப்படுத்த முயன்றார். அவர்களுக்குத் தீகாவு என்பவன் கதையைச் சொல்லிச் சச்சரவு செய்யக்கூடாதென்று போதித்தார். ஆனால், அவர்கள் அதைக் கேளாமல் முன்போலவே சச்சரவு செய்தார்கள். அதனால் வெறுப்படைந்த

பகவன் புத்தர், இவர்கள் சமாதானப்பட மாட்டார்கள் என்று கண்டு, அவர்களுக்குச் சில, சூத்திரங்களை ஓதிய பிறகு, அவர்களை விட்டுத் தனியே ஓரிடத் திற்குப் போய்விட்டார். அவர் பாலகலோணகார என்னும் கிராமத்திற்குச் சென்றார். அங்கே அவர் பகுதேரரைக் கண்டார். பிறகு, பாசீனவம்ஸதாய என்னும் வனத்திற்குச் சென்றார். அங்கு அநுருத்தர், நந்தியர், கிம்பளர் என்னும் மகாதேரர்கள் இருந்தார்கள். அவர்கள், பகவரை வரவேற்று உபசரித்தார்கள். அங்குத் தங்கி அறவுரை நிகழ்த்திய பிறகு அங்கிருந்து ஒரு காட்டிற்குச்சென்று தன்னந் தனியே யோகம் செய்து கொண்டிருந்தார்.

தனிவாசம்

தன்னந்தனியே ஏகாந்தவாசமாக இருந்தபோது, அவ்விடத்திற்கு ஒரு யானை வந்தது. காட்டில் வெகு தூரத்துக்கப்பால் யானைக் கூட்டங்களுடன் இந்த யானை வசித்துக் கொண்டிருந்தது. ஆனால், இந்த யானைக்கு மற்ற யானைகள் பலவிதமாகத் துன்பங்கள் செய்து கொண் டிருந்தன. இதனால் வெறுப்படைந்த இந்த யானை அக் கூட்டத்திலிருந்து பிரிந்துவந்து தன்னந்தனியே வேறு ஒரு இடத்தில் வசித்துக் கொண்டிருந்தது. பகவன் புத்தர் இக் காட்டிற்கு வந்தபோது, இந்த யானை நாள்தோறும் காய்கனி கிழங்குகளைக் கொண்டு வந்து அவருக்குக் கொடுத்துக் கொண்டிருந்தது. இந்த யானையினுடைய உணர்வையும் அன்பையும் கண்ட பகவர் இதைப்பற்றி ஒரு சூத்திரத்தை அருளிச்செய்தார். இவ்வாறு சிலகாலம் காட்டில் தனியே தங்கியிருந்த பிறகு, ததாகதர் அவ்விடத்திலிருந்து புறப்பட்டுச் சிராவத்தி நகரம் சென்றார்.

கௌசாம்பியிலிருந்த புத்த சங்கத்தார், நகர மக்களால் அவமதிக்கப்பட்டார்கள். இவர்கள் சச்சரவு செய்து கொண்டு பிணங்கிக் கொண்டிருப்பதைக் கண்ட மக்கள் இவர்களை இகழ்ந்தார்கள். இதனையறிந்த பிக்கு சங்கத்தார், பகவன் புத்தரை நாடிச் சிராவத்தி நகரத்துக்கு வந்தார்கள். வந்து தமது குறையை அவரிடம் சொன்னார்கள். பகவர், அவர்களுக்குப் புத்திமதிகளைக் கூறி, இரு சார்பாரையும் ஒன்றுபடுத்தினார்.

பயிர் செய்யும் குடியானவன்

பதினோராவது மழைக் காலத்துக்குப் பிறகு ததாகதர் இராசகிருக நகரம் சென்றார். அவர் தக்கிணாகிரி வழியாக ஏக நாளம் என்னும் கிராமத்தின் ஊடே சென்றபோது, பாரத்வாஜன் என்னும் பார்ப்பனன் தன்னுடைய வயல்களில் இருந்து பயிர்த் தொழிலைக் கவனித்துக் கொண்டிருந்தான். அவன், ததாகதரைப் பார்த்து, "சிரமணரே! நான் நிலத்தை உழுது பண்படுத்துகிறேன். நீர் பாய்ச்சிக்களை பிடுங்கு கிறேன். இவ்வாறு பயிர் செய்து உயிர் வாழ்கிறேன். தாங்களும் ஏன் பயிர் செய்து உண்டு வாழக் கூடாது?" என்று வினவினான்.

இதனைக் கேட்ட பகவர், "நானும் உழுது விதைத்துப் பயிர் செய்து உண்டு வாழ்கிறேன்?" என்று கூறினார்.

இதைக் கேட்டு வியப்படைந்த பார்ப்பனன், "வணக்கத்திற்குரிய கௌதமரே! உம்மிடம் ஏர், எருதுகள் முதலியவை இல்லையே! தாங்கள் எப்படிப் பயிர் செய்கிறீர்கள்?" என்று கேட்டான். கௌதமபுத்தர், இவ்வாறு விடை கூறினார்: "உண்மைத் தத்துவம் என்பது விதைகள். ஆர்வம் என்பது மழைநீர். அடக்கம் என்பது கலப்பை. ஊக்கமும் முயற்சியும் எருதுகள்; துக்கமற்ற இன்பநிலையே நான் அறுக்கும் அறுவடை."

இதைக் கேட்ட பாரத்துவாஜன் மனம் மகிழ்ந்து பௌத்த தர்மத்தை மேற்கொண்டு வாழ்ந்தான்.

சுப்ரபுத்தன் நரகம் அடைந்தது

ததாகதர் போதிஞானம் அடைந்த பதின்மூன்றாம் ஆண்டில் பகவன் புத்தர் ஜேதவனத்தில் தங்கியிருந்த போது, இராகுல தேரருக்கு இருபது வயது நிரம்பிற்று. அதனால், அவருக்கு உபசம்பதா துறவு கொடுக்கப்பட்டது. அதே ஆண்டு பகவர் கபிலவத்து நகரம் சென்றார்.

பகவர் ஆலவனத்திலே தங்கியிருந்தபோது ஒருநாள், அவருடைய மாமனாராகிய சுப்ரபுத்தர், ததாகதரை இழிவாகப் பேசி அவமானப் படுத்தினார். சுப்ரபுத்தர், தன் மகளாகிய யசோதரையாரை விட்டுப் போய்த் துறவுபூண்ட

ததாகதரிடம் சினமும் பகையும் கொண்டிருந்தார். ஆகவே அவர், ஆலவனத்தில் ததாகதர் தங்கியிருந்தபோது, அவரை அவமானப்படுத்த வேண்டும் என்னும் கருத்தோடு குடித்து வெறி கொண்டு ததாகதரிடம் சென்றார். அப்போது ததாகதர் பிக்ஷைக்காக நகரத்தின் தெருவிலே நடந்துகொண்டிருந்தார். சுப்ரபுத்தர், ததாகதரை மறித்துத் தடுத்துப் பலவகையாக ஏசி இகழ்ந்து பேசினார். அவருடைய நிந்தனைகள் கட்டுக்கடங்காமல் அளவுக்குமீறிச் சென்றன. அப்போது ததாகதர் அமைதியாகப் பக்கத்திலிருந்த ஆனந்த தேரரைப் பார்த்து, "சுப்ரபுத்தரை ஒரு வாரத்திற்குள் பூமி விழுங்கி விடும்" என்று தீர்க்க தரிசனம் கூறினார். அதைக்கேட்ட சுப்ரபுத்தர் எள்ளி நகைத்து மேன் மேலும் தூற்றினார். பிறகு, ததாகதரின் தீர்க்க தரிசனத்தை நினைத்து ஒரு வாரம் வரையில் பூமியில் இல்லாமல் உயரமான மாளிகையிலே தங்கியிருந்தார். ஆனால், ஏழாம் நாள் பூமிவெடித்து அவரை விழுங்கிவிட்டது. அவர், அவிசி என்னும் நரகத்தை யடைந்தார்."

அணுக்கத் தொண்டர்

பகவன் புத்தர் போதிஞானம் அடைந்த இருபதாவது ஆண்டிலே, அதாவது தமது ஐம்பத்தைந்தாவது வயதில், தமக்கு ஒரு அணுக்கத் தொண்டரை ஏற்படுத்திக் கொள்ள விரும்பினார். அதனால், வெளுவனத்திலே கந்தகுடியிலே இருந்தபோது சீடர்களையெல்லாம் அழைத்து, "பிக்குகளே! ததாகதருக்கு வயது அதிகம் ஆயிற்று. அவருக்கு ஒரு அணுக்கத் தொண்டர் தேவை. உங்களில் யாருக்கு அணுக்கத் தொண்டராயிருக்க விருப்பமோ அவர் எழுந்து நின்று சம்மதத்தைத் தெரியப்படுத்தலாம்" என்று அருளிச் செய்தார்:

அப்போது பிக்குகள் எல்லோரும் நான், நான் என்று கூறித் தங்கள் விருப்பத்தைத் தெரிவித்தார்கள். ஆனால், பகவன் புத்தர் அவர்களை யெல்லாம் வேண்டாம் என்று கூறி மறுத்துவிட்டார். ஆனந்த மகாதேரர் மட்டும் வாளா இருந்தார். அப்போது பிக்குகள் எல்லோரும் ஆனந்தரைப் பார்த்து, "ஆனந்தரே! தங்கள் விருப்பத்தைக் கூறுங்கள். பகவர் தங்களை ஏற்றுக் கொள்வார்" என்று கூறினார்கள்.

பகவன் புத்தர், "பிக்குகளே! ஆனந்தருக்கு விருப்பம் இருந்தால், அவரே தமது விருப்பத்தைக் கூறுவார். நீங்கள் அவரைக் கட்டாயப் படுத்தாதீர்கள்" என்றார். ஆனந்த தேரர் எழுந்து நின்று, "பகவன் நான்கு பொருள்களை எனக்கு மறுக்கவும் நான்கு பொருள்களை அளிக்கவும் அருள் புரிந்தால், அடியேன் அணுக்கத் தொண்டனாக இருக்க இசைகிறேன். எனக்கு மறுக்க வேண்டிய நான்கு பொருள்கள் என்னவென்றால் 1. பகவருக்கு நல்ல உணவு கிடைக்கு மானால், அதனை அடியேனுக்குக் கொடுக்கக்கூடாது, 2. நல்ல ஆடை கிடைத்தால் அதையும் எனக்குக் கொடுக்கக்கூடாது, 3. பகவருக்கு அளிக்கப் படுகின்ற ஆசனங்களை எனக்குக் கொடுக்கக்கூடாது, 4. பகவரை வணங்கிப் பூசிக்க யாரேனும் அழைத்தால் அந்த இடங்களுக்கு அடியேனை அழைக்கக்கூடாது.

"பகவர் அடியேனுக்கு அளிக்க வேண்டிய நான்கு பொருள்கள் எவை என்றால், 1. அடியேனைப் பூசிக்க யாரேனும் அழைத்தால் அந்தப் பூசையைப் பகவர் ஏற்றுக் கொள்ள வேண்டும், 2. அடியேன் அழைத்து வருகிறவர்களுக்குப் பகவர் தரிசனம் தரவேண்டும், 3. அடியேன் மனம் தடுமாறித் திகைக்கும்போது பகவர் என்னைத் தேற்றி நல்வழிப்படுத்த வேண்டும், 4. அடியேன் இல்லாத காலத்தில் மற்றவருக்குச் செய்த உபதேசங்களை அடியேனுக்கும் உபதேசிக்க வேண்டும். இந்த எட்டு வரங்களையும் பகவன் புத்தர் அருளினால் அடியேன் அணுக்கத் தொண்டனாக இருக்க இசைகிறேன்" என்று கூறினார்.

பகவன் புத்தர் இந்த வரங்களை அளித்து ஆனந்த தேரரைத் தமக்கு அணுக்கத் தொண்டராக ஏற்றுக்கொண்டார். அது முதல் பகவன் புத்தர், பரிநிர்வாணம் அடைகிற வரையில் ஆனந்த மகாதேரர் அவருக்கு அணுக்கத் தொண்டராக இருந்தார்.

அங்குலி மாலன்

அக்காலத்திலே கோசல நாட்டிலே அங்குலி மாலன் என்னும் ஒரு கொடியவன் இருந்தான். அவன் வழிப் போக்கரைக் கொன்று அவர்களின் கை விரல்களில்

ஒன்றை எடுத்து மாலையாகக் கட்டிக் கழுத்தில் அணிந்து கொண்டிருந்தான். அதனால் அவனுக்கு அங்குலி மாலன் என்னும் பெயர் உண்டாயிற்று. அவன் அணிந்திருந்த அங்குலி மாலையில் 998 விரல்கள் இருந்தனவாம். இந்தக் கொடிய கொலை காரனை நல்வழிப்படுத்த பகவன் புத்தர் கருதினார். அவனிடம் போகக் கூடாதென்று பலர் பகவன் புத்தரைத் தடுத்தார்கள். ஆயினும் பகவர் அவனிருக்கும் காட்டில் சென்று அவனுடன் உரையாடி அவனை நல்வழிப் படுத்தினார். அவன் நல்லறிவுபெற்றுத் திரிசரணம் அடைந்து புத்த சங்கத்தில் சேர்ந்து துறவியானான். அன்றியும், சிறிது காலத்திற்குள் அர்ஹந்த் நிலையையும் அடைந்தான்.

கொலைக் குற்றம்

புத்தரின் பௌத்த மதம் நாளுக்குநாள் வளர்ந்து நாட்டில் செல்வாக்குப் பெறுவதைக் கண்ட எதிர் சமயத்துத் தலைவர்கள் மிகவும் பொறாமை கொண்டார்கள். பகவன் புத்தர்மீது பழி சுமத்தி அவருக்குச் செல்வாக்கு இல்லாமல் செய்ய எண்ணினார்கள். அவர்கள் அதற்காகச் சுந்தரி என்னும் பெயருள்ள ஒருத்தியை நியமித்தார்கள். சுந்தரி, பகவன் புத்தர் தங்கியிருந்த தோட்டத்திற்கு அடிக்கடி சென்றுவந்தாள். யாரேனும் அவளைக்கண்டு எங்குபோய் வருகிறாய் என்று கேட்டால், புத்தரிடம் சென்று வருவதாகவும் அவருக்கும் தனக்கும் கூடாவொழுக்கம் உண்டென்றும் கூறுவாள். இவ்வாறு சிலகாலஞ் சென்றது. பிறகு, அந்தச் சமயத் தலைவர்கள், சில கொடியவர்களுக்குக் கைநிறையக் காசு கொடுத்துச் சுந்தரியைக் கொன்று பகவன் புத்தர் தங்கியிருக்கும் ஜேதவன ஆராமத்தில் போட்டுவிடும்படி ஏவினார்கள். அக் கொடியவர்களும் அவ்வாறே சுந்தரியைக் கொன்று ஆராமத் தோட்டத்தில் போட்டுவிட்டார்கள்.

பொழுது, விடிந்ததும், சுந்தரியைப் பௌத்தர்கள் கொலை செய்து விட்டார்கள் என்று அரசரிடம் கூறினார்கள். இதனால், பகவன் புத்தருக்கும் பௌத்த சங்கத்துக்கும் பெரும் அபவாதம் ஏற்பட்டது. ஆனால், சில காலத்திற்குள்

குற்றவாளிகள் அகப்பட்டுக் கொண்டார்கள். கொலை செய்த கொடியவர்கள் குடித்து வெறித்துத் தமக்குள் சச்சரவு செய்து கொண்டபோது, அவர்கள் சுந்தரியைக் கொலை செய்த செய்தி வெளிப்பட்டது. அரசன் அவர்களை அழைத்து விசாரித்தபோது, சுந்தரியைக் கொன்றவர்கள் தாங்களே என்றும், பௌத்த விரோதிகளான சமயத் தலைவர்கள் தங்களுக்குக் காசு கொடுத்துக் கொலைசெய்து புத்தர் ஆராமத்தில் போட்டு வரும்படிக் கூறினார்கள் என்றும் தாங்கள் அவ்வாறே செய்ததாகவும் ஒப்புக்கொண்டார்கள். அரசன் குற்றவாளிகளைத் தண்டித்தார்; புத்தர்மேல் சுமத்தப்பட்ட அபவாதம் நீக்கப்பட்டது.

விசாகை

அநாத பிண்டிகன் என்னும் செல்வச் சீமானுக்கு விசாகை என்னும் பெயருள்ள குமாரத்தி ஒருத்தி யிருந்தாள். அங்க நாட்டில் பெருஞ் செல்வனாகிய மிகாரர் என்னும் பிரபுவுக்குப் புண்ணிய வர்த்தனன் என்னும் குமாரன் இருந்தான். புண்ணிய வர்த்தனக் குமாரனுக்கு விசாகையைத் திருமணம் செய்து வைத்தார்கள். விசாகை, கணவன் வீடு வந்து சேர்ந்தாள்.

விசாகையினுடைய மாமனார் நிர்க்கந்த (ஜைன) மதத்தைச் சேர்ந்தவர். விசாகையோ பகவன் புத்தரை வழிபட்டு அவரது அற நெறிப்படி நடக்கிறவள். விசாகையின் மாமனார், விசாகையை நிர்க்கந்த மதத்தில் சேரும்படிக் கூறிப் பல இன்னல்களைச் செய்தார். ஆனால், விசாகை பகவன் புத்தரையே வழிபட்டு வந்தாள். அன்றியும், தனது மாமியார் முதலியவர்களுக்கும் அந் நகரத்துப் பெண்களுக்கும் பகவன் புத்தர்மீது பக்தி உண்டாகும்படிச் செய்தாள். அவர்கள் எல்லோரும் பகவன் புத்தரைக் கண்டு அவரது அறநெறியைக் கேட்க விருப்பங் கொண்டனர்.

இதனை ஞானதிருஷ்டியினால் அறிந்த பகவன் புத்தர் தமது சீடர்களுடன் அங்கநாடு சென்று விசாகையின் வீட்டுக்குச் சென்றார். விசாகை பகவரை வரவேற்று உணவு கொடுத்து அவரிடமிருந்து அறநெறி கேட்டாள். அதனைக் கேட்ட உற்றார்

உறவினரும் ஏனையோரும் மனம் மகிழ்ந்து பௌத்தராயினர். விசாகை பேரன் பேத்திகளோடு நெடுங்காலம் வாழ்ந்து பகவன் புத்தருக்கும் புத்த சங்கத்துக்கும் பெரும் பொருளைத் தானம் வழங்கினாள். பின்னர்த் துறவு பூண்டு பிக்குணியாகி இறுதியில் மோட்சம் அடைந்தாள்.

தேவதத்தன்

பகவன் புத்தருக்கு எழுபத்திரண்டு வயதாயிற்று. ததாகதருக்கு நாடெங்கும் பேரும் புகழும் மதிப்பும் ஏற்பட்டது. பௌத்த சங்கத்தை மக்கள் மதித்துப் போற்றினார்கள். புத்தருடைய உறவினனும் அவரிடம் துறவுபூண்டு பிக்கு சங்கத்தில் இருப்பவனுமாகிய தேவதத்தனுக்குப் பதவி ஆசை ஏற்பட்டது. பகவன் புத்தருக்குப் பதிலாகத்தானே பௌத்த சங்கத்தின் குருவாக இருந்து பெருமையடையவேண்டும் என்று அவன் பெரிதும் விரும்பினான். நாளுக்கு நாள் இந்த ஆசை அவன் உள்ளத்தில் பெருகி வளர்ந்தது. அதுமட்டுமன்று. பகவன் புத்தர் நாட்டில் அடைந்த, புகழையும் சிறப்பையும் கண்டு அவனுக்குப் பொறாமையும் உண்டாயிற்று.

தேவதத்தன், விம்பசார அரசன் மகனும் இளவரசனுமான அஜாத சத்துருவிடம் சென்று, தான் அடைந்துள்ள இருத்திகளின் உதவியினாலே சில அற்புதங்களைச் செய்துகாட்டி அரசகுமாரனைத் தன்வயப்படுத்தினான்.

தேவதத்தன் என்றைக்காவது ஒருநாள் பௌத்த சங்கத்தின் தலைமைப் பதவியைப் பெறவேண்டும் என்று எண்ணினான். வெளுவன ஆராமத்தில் பகவன் புத்தர் உபதேசம் செய்து கொண்டிருந்தபோது, ஒருநாள் தேவதத்தன் எழுந்து நின்று வணங்கி, பகவன் புத்தருக்கு அதிக வயதாய்விட்டபடியால், சங்கத்தின் தலைமைப் பதவியைத் தனக்குக் கொடுக்கும்படிக் கேட்டான். "புத்த பதவி ஒருவர் கொடுக்க ஒருவர் பெறுவதன்று. பல பிறவிகளில் முயன்று பெறப்படுவது புத்த பதவி" என்றுகூறி பகவன் புத்தர் மறுத்துவிட்டார். அதுமுதல் தேவ தத்தனுக்குப் பகைமை உணர்ச்சி ஏற்பட்டுப் பகவன் புத்தரை எப்படி யாவது ஒழிக்க வேண்டும் என்னும் தீய எண்ணம் வளர்ந்தது.

அஜாத சத்துரு

பகவன் புத்தரை உயிர்போல் கருதியிருக்கும் விம்பசார அரசன் இருக்கிறவரையில் புத்தருக்கு யாதொரு தீங்கும் செய்யமுடியாது என்று அறிந்த தேவதத்தன், இளவரசனான அஜாத சத்துருவிடம் சென்று நல்லது சொல்வதுபோலச் சில வார்த்தைகள் கூறினான். தந்தை யாகிய விம்பசார அரசனைக் கொன்று மகதநாட்டின் அரசனாகும்படித் தேவதத்தன் அஜாத சத்துரு வுக்குக் கூறினான். அரசகுமாரனும் அரசப் பதவிக்கு ஆசைப்பட்டுத் தன் தந்தையைக் கொல்ல உடன்பட்டான். குற்றுடைவாளைக் கையில் ஏந்திக்கொண்டு அரசகுமாரன் இரவும் பகலும் அரண்மனையில் நடமாடுவதைக் கண்டு ஐயமுற்ற அரசவூழியர், விம்பசார அரசரிடம் அச் செய்தியைக் கூறினார்கள். விம்பசார அரசன் மகனை அழைத்துப் புத்திமதி கூறி, தான் அரசாட்சியைவிட்டு நீங்கி, மகனுக்கு அரசப் பட்டம் கட்டினான்.

தனது எண்ணம் நிறைவேறாமற் போனதைக் கண்ட தேவதத்தன், மீண்டும் அஜாத சத்துருவினிடம் சென்று, "உனது தந்தை உயிருடன் இருக்கும்வரையில் உனக்கு உண்மையான அரச அதிகாரம் இல்லை" என்று கூறி விம்பசார அரசனைக் கொன்று விடும்படித் தூண்டினான். அதனைக்கேட்ட அஜாதசத்துரு, அரசனைச் சிறையில் அடைத்து, உணவு கொடுக்காமல் பல கொடுமை செய்தான். அரசன் சிறைச் சாலையில் வருத்தம் உற்றுச் சில நாட்களுக்குப் பிறகு இறந்து போனான்.

வில்வீரர்

தேவதத்தன், அரசனான அஜாதசத்துருவின், உதவிபெற்றுப் பகவன் புத்தரை அழிக்கத் தொடங்கினான். வில்வீரர் பதினாறு பேரை ஏற்படுத்திப் பகவன் புத்தர் போகும்போது அம்பு எய்து அவரைக் கொல்லும்படி ஏவினான். வீரர்கள் வில் அம்புடன் சென்று, வழியில் காத்திருந்தார்கள். பகவன் புத்தர் வந்தபோது அவரைக் கண்ட வீரர்கள் திகைத்துப் போனார்கள். பகவனின் தெய்விகத் தன்மை அவர்களின்

மனத்தை மாற்றிவிட்டது. அவர்கள் ஓடிச்சென்று பகவன் பாதங்களில் விழுந்து வணங்கிச் சென்றார்கள். அவர்களில் ஒருவன், தேவதத்தனிடம் சென்று, பகவன் புத்தரின் உயிரைப் போக்குவது முடியாது என்று கூறினான்.

பாறையை உருட்டியது

பிறகு தேவதத்தன் பகவன் புத்தரைக் கொல்ல வேறு முறையைக் கையாண்டான். பகவன் புத்தர் கிருத்திரக்கூடமலையின் (கழுகுமலை யின்) அடிவாரத்தில் உலாவுகிற வழக்கப்படி, ஒரு நாள் மாலையில் உலாவும்போது, தேவதத்தன் மலையுச்சியிலிருந்து பெரிய பாறைக் கல்லை உருட்டிப் பகவன் புத்தர்மேல் தள்ளினான். மலையுச்சிலிருந்து வேகமாக உருண்டுவந்த அந்தப் பாறைக்கல், நல்லவேளையாக, இரண்டு பாறைகளுக்கு இடையில் அகப்பட்டு நின்றுவிட்டது. அதிலிருந்து சிதறிவந்த சிறு கல் துண்டு பட்டுப் பகவரின் காலில் காயம் ஏற்பட்டது. பிக்குகள், ஜீவகன் என்னும் மருத்துவனைக்கொண்டு காயத்திற்கு மருந்து இட்டு ஆற்றினார்கள். அன்றியும், இனி மலையடிவாரத்திற்கு உலாவப் போகக்கூடாது என்றும் பகவரிடம் கூறினார்கள். அதற் குப் பகவன் புத்தர், "ததாகதரின் உயிரைப் போக்க ஒருவராலும் இயலாது. ததாகதருக்குக் காலம் வரும்போதுதான் அவர் உயிர் பிரியும்" என்று கூறி அவர்களின் அச்சத்தை நீக்கினார்.

யானையை ஏவியது

தேவதத்தன் அதனோடு நின்றுவிடவில்லை. நாளாகிரி என்னும் பெயருடைய யானைக்கு மதமூட்டிக் கோபங் கொள்ளச் செய்து பகவன் புத்தர் இராசவீதி வழியே வரும்போது அந்த மத யானையை அவர் மேல் ஏவிவிட்டான். இராசகிருக நகரத்தின் விதியில் அந்த மதயானை மூர்க்கத்தனமாக வெறிகொண்டோடி யது. அதனைக் கண்ட ஜனங்கள் அஞ்சி ஓடினார்கள். மதயானை, பகவன் புத்தரின் அருகில் வந்தபோது, அவருடைய திருமேனியில் இருந்து வெளிப்படும் தெய்விக ஒளி யினால், அதன் மதம் அடங்கிக் கோபம்

தணிந்து சாந்தம் அடைந்தது. அது, தும்பிக் கையைத் தாழ்த்திப் பகவருக்குத் தலை வணங்கிற்று. பிறகு சாந்தமாகத் திரும்பிப் போய்விட்டது. இவ்வாறு தேவதத்தன், பகவன் புத்தரைக் கொல்லச் செய்த சூழ்ச்சிகளும் முயற்சிகளும் பயன்படாமற் போயின.

பிளவு உண்டாக்கியது

தனது சூழ்ச்சிகள் நிறைவேறாமற் போகவே தேவதத்தன் வேறு விதமாகச் சூழ்ச்சி செய்தான். பௌத்தச் சங்கத்திலே பிளவு உண்டாக்கி அதனால் வெற்றியடையலாம் என்று எண்ணினான். பௌத்த சங்கப் பிக்குகளில் தன் பேச்சைக் கேட்கக்கூடிய சிலரை அழைத்து, பகவன் புத்தர் உடன்படமுடியாத சில புதிய கொள்கைகளை அவர்களுக்குக் கூறி அவைகளைப் புத்தர் ஏற்றுக்கொள்ளச் செய்யும்படி அனுப்பினான். அவர்கள் சென்று புத்தரிடம் அக்கொள்கைகளைக்கூறி அவற்றை ஏற்றுக் கொள்ளும்படிக் கேட்டார்கள். பகவர் அவைகளை ஏற்றுக்கொள்ள மறுத்தார். இந்தப் பிக்குகள் புதிதாகப் பௌத்தமதத்திற்கு வந்தவர்கள். விநய முறைகளை அறியாதவர்கள். இவர்களுடைய கொள்கையைப் பகவன் புத்தர் மறுக்கவே, இவர்கள் தேவதத்தனுடன் சேர்ந்து அவனைத் தலைவனாக ஏற்றுக் கொண்டார்கள்.

தேவதத்தன் ஐந்நூறு புதிய பிக்குகளை அழைத்துக் கொண்டு அவர்களுக்குத் தலைமைப் பதவியை ஏற்று, கயாசீர்ஷ மலைக்குச் சென்றான். சென்று, பிக்குகளுக்கு உபதேசம் செய்தான். இந்தப் பிக்குகளின் கூட்டத்தில் சாரிபுத்திர மகாதேரரும் மொக்கல்லான மகாதேரரும் இருந்தார்கள். இவர்களைக் கண்ட தேவதத்தன், இவர்களும் தன்னைத் தலைவனாக ஏற்றுக்கொண் டார்கள் என்று தவறாகக் கருதி, சாரிபுத்திர மகாதேரரை அழைத்து, பிக்குகளுக்கு உபதேசம் கொடுக்கும்படியும் தனக்குக் களைப்பும் தூக்கமும் வருகிறபடியால் தான் சென்று தூங்கப் போவதாகவும் கூறிச் சென்றான். சாரி புத்திரதேரரும் மொக்கல்லான தேரரும் பிக்கு சங்கத்தாருக்குப் போதனை செய்து அவர்களைப்

பகவன் புத்தரி ம் திரும்பி வரும்படிக் கூறினார்கள். அவர்கள் பேச்சுக்களைக் கேட்ட அப் புதிய பிக்குகள் உண்மை உணர்ந்து, தங்கள் அறியாமைக்கு வருந்தி, பகவன் புத்தரிடம் சென்றார்கள். தேவதத்தன் விழித்தெழுந்து நடந்ததை யறிந்து ஆத்திரத்தினாலும் கோபத்தினாலும் இரத்தம் கக்கி இறந்து போனான்.

அஜாதசத்துரு அரசன், தான் தனது தந்தையாகிய விம்பசார அரசனைக் கொன்ற குற்றம் அவன் மனத்தில் உறுத்தியது. அவனுடைய மனசாட்சி அவனைத் துன்புறுத்தியது. அவன் மனம் அமைதி இல்லாமல் வருந்திற்று. தனது மனத்தை அமைதி யாக்கிக் கொள்ள எண்ணி அவன் பல சமயத் தலைவர்களிடம் சென்றான். அவர்கள் போதனை அவனுக்குச் சாந்தியை உண்டாக்கவில்லை. கடைசியாக அரண்மனை வைத்திய னாகிய ஜீவகன் கூறிய யோசனையின்படி அவன் பகவன் புத்தரிடம் வந்தான். வந்து அவரிடம் தர்மம் கேட்டுப் பௌத்தனானான்.

பகவன் புத்தரின் எழுபத்தொன்பதாவது வயதுக்குப் பிறகு ததாகதர் வைசாலியிலிருந்து புறப்பட்டு பேலுவநகரம் சென்று சிலநாள் தங்கினார். அங்கே இருக்கும்போது அவருக்கு உடம்பில் நோய்கண்டது. ஆனால், பகவர் அவற்றைப் பொறுத்துக்கொண்டார். தமது எண்ப தாவது வயதில் தமக்குப் பரிநிர்வாணம் ஏற்படும் என்பதை அவர் அறிந்தார். பிறகு, அவர் வழக்கம்போல் பல இடங்களுக்குச் சென்று அற நெறியைப் போதித்துக் கொண்டிருந்தார். பிறகு பாவாபுரிக்குச் சென்று, அந் நகரத்துக் கருமானாகிய சுந்தன் என்பவனுடைய மாந்தோப்பில் தங்கினார்.

சுந்தன் அளித்த விருந்து

பகவன் புத்தர், மாந்தோப்பில் எழுந்தருளியிருப்பதையறிந்த சுந்தன் விரைந்து வந்து பகவரை வணங்கி அடுத்த நாளைக்குத் தனது இல்லத்தில் உணவு கொள்ளும்படி அழைத்தான். பகவர் அதனை ஏற்றுக் கொண்டார். சுந்தன் பலவித உணவுகளைச் சமைத்ததோடு காட்டுப் பன்றியின் இறைச்சியையும் சமைத்திருந்தான். பகவன் புத்தர், பௌத்தப் பிக்குகளுடன்

சுந்தன் இல்லம் சென்றார். காட்டுப் பன்றியின் இறைச்சியை அன்போடு சமைத்து வைத்திருப்பதை யறிந்த பகவன் புத்தர் அதனைப் பிக்குகளுக்குப் பரிமாறக் கூடாதென்றும் அதைக் கொண்டு போய் புதைத்துவிட வேண்டும் என்றும், ஆனால் அன்போடு சமைக்கப்பட்ட அதைச் சுந்தனுடைய திருப்திக்காகத் ததாகதருக்கு மட்டும் பரிமாறலாம் என்றும் அருளிச் செய்தார். சுந்தன் அவ்வாறே செய்தான்.

காட்டுப்பன்றியின் இறைச்சியை உட்கொண்ட காரணத்தினாலே, அது சமிக்கமுடியாத கடின உணவு ஆகையினாலே, பகவருக்கு வயிற்றுக் கடுப்பு உண்டாயிற்று. அதனை அவர் பிறர் அறியாதபடி அடக்கிக் கொண்டு, வழக்கம் போல நன்றி கூறும் பொருட்டுச் சுந்தனுக்கு அறவுரை கூறிய பிறகு அவ்விடத்தை விட்டுப் புறப்பட்டார். ஆனந்தரிடம், "குசிநகரம் செல்வோம்" என்று கூறினார். ஆனந்தர் "அப்படியே" என்று கூறி இருவரும் குசிநகரம் நடந்தனர். பகவன் புத்தருக்கு வயிற்றுக் கடுப்பு அதிகமாயிற்று. பொறுக்கமுடியாத வலி வயிற்றில் ஏற்பட்டது. ஆகவே வழியிலேயே படுத்துக்கொள்ள விரும்பினார். "ஆனந்தா, மரத்தின் கீழே துணியை விரித்துப் போடு" என்றார். ஆனந்தர் மரநிழலில் துணியை விரித்துப் படுக்கை அமைத்தார். பகவன் புத்தர் வலது புறமாகச் சாய்ந்து படுத்தார். பிறகு, பகவருக்கு நீர் வேட்கை இருந்த படியால், ஆனந்தர் ஆற்றுக்குச் சென்று நீரைக் கொண்டுவந்து கொடுக்க அதைப் பருகி விடாய் தீர்த்தார்.

சிறிதுநேரம் இளைப்பாறிய பிறகு பகவன் புத்தர் ககுத்த ஆற்றுக்குச் சென்று அதில் நீராடினார். பிறகு, ஆற்றைக் கடந்து மாஞ்சோலையை யடைந்து அங்கிருந்து மள்ளர் நாட்டைச் சேர்ந்த குசிநகரத்து உபவர்த்தன வனத்திற்குச் சென்றார். அங்கு இரண்டு சாலமரங்களுக்கு இடையில் துணியை விரிக்கச் சொல்லி வடக்கே தலைவைத்து வலது கைப்புறமாகச் சிங்கம் படுப்பது போலப் படுத்தார்.

பகவன் புத்தர் பரிநிர்வாணம் அடைந்தால் அவர் திரு மேனிக்கு என்னென்ன கடைசிச் சடங்குகள் செய்ய வேண்டும் என்று ஆனந்தர் பகவன் புத்தரைக் கேட்டார். அதற்குப் பகவர், "பிக்குகள் அதைப் பற்றிக் கவலைப்பட

வேண்டியதில்லை. இல்லறத்தைச் சேர்ந்த சாவக நோன்பிகள், செய்ய வேண்டியவற்றைச் செய்வார்கள்" என்று கூறினார்.

ததாகதரின் திருமேனியை எப்படி அடக்கம் செய்ய வேண் டும் என்று ஆனந்ததேரர் பகவன் புத்தரைக் கேட்டார்,.

பகவன் புத்தர் அதற்கு இவ்வாறு விடை கூறினார்; "அரசச் சக்கர வர்த்தி இறந்தால் அவர் உடம்பை எவ்விதமாக அடக்கம் செய்வார்களோ அவ்விதமாகத் ததாகதரின் உடம்பையும் அடக்கம் செய்ய வேண்டும்."

"அரசச் சக்கரவர்த்தியின் உடம்பை எவ்வாறு அடக்கம் செய்வார்கள்?" என்று ஆனந்ததேரர் கேட்டார்.

"ஆனந்த! அரச சக்கரவர்த்தி இறந்துபோனால் அவருடைய உடம்பைப் புதிய துணியினால் சுற்றி அதன் பிறகு பஞ்சுத் துணியினால் சுற்றி, அதன்மேல் மறுபடியும் புதிய துணியினால் சுற்றி அதன்மேல் பஞ்சுத் துணியைச் சுற்றி அப்படியே ஐந்நூறு துணிகளினால் சுற்றிக் கட்டுவார்கள். பிறகு எண்ணெய் இரும்புச் சாடியில் அந்த உடம்பை வைத்து எண்ணெய் இரும்புச் சாடியினால் மூடிவைப்பார்கள். அதற்குப் பிறகு மணமுள்ள விறகுகளைக் கொண்டுவந்து ஈமவிறகு அடுக்கி அதன் மேலே அந்த உடம்பை வைத்துத் தீயிட்டுக் கொளுத்துவார்கள். உடம்பு தீயில் எரிந்த பிறகு எலும்பை எடுத்து வந்து நகரத்தில் நாற்சந்திச் சதுக்கத்திலே வைத்துக் கல்லினால் நினைவுச் சின்னம் கட்டுவார்கள். ஆனந்த! இப்படித்தான் அரச சக்கரவர்த்தியின் உடம்பை அடக்கம் செய்வது வழக்கம்."

"அந்த விதமாகத்தானே ததாகதருடைய உடம்பையும் அடக்கம் செய்யவேண்டும். அங்கு யாரேனும் வந்து தூபம் தீபங்கள் வைத்துப் பூக்களைத் தூவி வணங்கினால் அவர்களுக்கு மகிழ்ச்சியும் இன்பமும் நன்மையும் உண்டாகும்."

"ஆனந்த! கல்லினால் நினைவுச் சின்னம் கட்டி அமைக்கப் பட வேண்டியவர்கள் நான்குபேர் உள்ளனர். அந்த நால்வர் யார்? ததாகதராகிய புத்தர்கள், பிரத்தியேக புத்தர்கள், அர்ஹந்தர்கள், அரசச் சக்கரவர்த்திகள். இந்த நான்கு வகையானவர்களுக்கு சேதி யங்கள் அமைக்கப்பட வேண்டும்" என்று பகவன் புத்தர் கூறினார்.

கடைசி இரவு

பகவன், புத்தர், பிறகு ஆனந்தரை அழைத்துக் குசிநகரத்துக்குச் சென்று அந் நகரத்து மள்ளர்களுக்குத் தாம் பரி நிர் வாணம் அடையப் போவதைச் சொல்லி வரும்படி அனுப்பினார்: "இன்று இரவு கடையாமத்திலே ததாகதர் பரி நிர்வாணம் அடையப்போகிறார். 'ததாகதர் நமது நாட்டுக்கருகில் வந்து பரி நிர்வாணம் அடைந்தபோது நாம் அவ்விடம் இல்லாமற் போனோமே' என்று பிறகு நீங்கள் வருந்த வேண்டாம். இச் செய்தியை யறியுங்கள்" என்று நகரத்தாருக்குச் சொல்லிவிட்டு வரும்படி அனுப்பினார்.

ஆனந்ததேரரும் இன்னொரு தேரரும் புறப்பட்டுக் குசிநகரம் சென்றார்கள். அப்போது நகர மண்டபத்திலே மள்ளர்கள் ஏதோ காரணமாகக் கூட்டங்கூடியிருந்தார்கள். அவர்களிடம் சென்று பகவன் கூறிய செய்தியை ஆனந்த தேரர் கூறினார். இதைக் கேட்ட மள்ளர்கள் வருத்தம் அடைந்தனர். இச் செய்தி உடனே நகரமெங்கும் பரவியது. முதியவரும் இளையவரும் பெண்களும் குழந்தைகளும் அழுது புலம்பினார்கள். "பகவன் புத்தர் இவ்வளவு சீக்கிரத்தில் பரி நிர்வாணம் அடையப்போகிறார்" என்று கூறித் துன்பம் அடைந்தார்கள். பிறகு மள்ளர்களுள் ஆண்களும் பெண்களும் முதியவரும் குழந்தைகளும் எல்லோரும் உபவர்த்தன வனத்திற்கு வந்தார்கள்.

அப்போது ஆனந்தமகாதேரர் தமக்குள் இவ்வாறு கருதினார். "மள்ளர்களை ஒவ்வொருவராகப் பகவரைத் தரிசிக்க அனுப்பினால் பொழுதுவிடிந்துவிடும். ஆகையால் குடும்பம் குடும்பமாக அவர்களை அனுப்புவது நல்லது" என்று எண்ணி, ஒவ்வொரு குடும்பமாக உள்ளே வரச்சொல்லிப் பகவன் புத்தரிடம், "இன்ன பெயருள்ள மள்ளர் தமது குடும்பத்துடன் வந்திருக்கிறார்" என்று ஒவ்வொரு குடும்பத்தாரின் பெயரையும் கூறினார். அந்தக் குடும்பத்தார் பகவன் புத்தருக்கு வணக்கம் செய்துசென்றார்கள். இவ்வாறு அவ்விரவு முதல் யாமத்திற்குள் எல்லா மள்ளர் குடும்பத்தாரும் வந்து பகவன் புத்தரை வணங்கித் தங்கள் இல்லம் சென்றார்கள்.

கடைசி தர்மோபதேசம்

குசிநகரத்தில் சுபத்தர் என்னும் பெயருள்ள ஒரு துறவி இருந்தார். இவர் பௌத்தரல்லர். வேறு மதத்தைச் சேர்ந்தவர். அவ்விரவில் கௌதம புத்தர் நிர்வாண மோக்ஷம் அடையப் போகிறார் என்பதையறிந்த இந்தத் துறவி, பகவன் புத்தரைக் காணவேண்டும் என்று விரும்பினார். அவர் உபவர்த்தன வனத்திற்கு வந்து புத்தரைப் பார்க்க உள்ளே விடும்படி ஆனந்த தேரரைக் கேட்டார்.

சுபத்தர், பகவன் புத்தரிடம் சமயவாதம் செய்ய வந்திருப்ப தாக ஆனந்ததேரர் எண்ணினார். புத்தர் சோர்வடைந்து களைத் திருக்கிற இந்தச் சமயத்தில் சமயவாதம் செய்ய அனுமதிப்பது நன்றன்று என்று கருதி ஆனந்ததேரர் சுபத்தரை உள்ளேவிட மறுத்தார். சுபத்தர் பகவன் புத்தரைப் பார்க்க வேண்டும் என்று மறுபடியும் கேட்டார். அப்போதும் ஆனந்ததேரர் மறுத்தார். மூன்றாம் முறையும் சுபத்தர் தன்னை உள்ளே விடும்படிக் கூறினார். அப்போதும் ஆனந்த தேரர் மறுத்தார். இவர்கள் வெளியே இப்படிப் பேசிக் கொண்டிருப்பதைக் கேட்டுக் கொண்டிருந்த பகவர், ஆனந்த தேரரை அழைத்து சுபத்தரரை உள்ளேவிடும்படிக் கூறினார். சுபத்தர் சமயவாதம் செய்ய வரவில்லை என்றும் சமய உண்மையை அறிந்துகொள்ள வந்திருக்கிறார் என்றும் பகவர் ஆனந் தருக்குக் கூறினார்.

உள்ளே சென்ற சுபத்தர் பகவரை வணங்கி ஒரு பக்கமாக அமர்ந்து பகவன் புத்தரின் உபதேசங்களைக் கேட்க விரும்புவதாகத் தெரிவித்தார். ஆரிய (மேலான) அஷ்டாங்க மார்க்கம் எங்கு இல்லையோ அங்குச் சிரமணரைக் காணமுடியாது, ஆரிய அஷ்டாங்க மார்க்கம் எங்கு இருக்கிறதோ அங்குச் சிரமணரைக் காண முடியும் என்று கூறிப் பகவன் புத்தர், மேலும் பௌத்த தர்மத்தை அவருக்குப் போதித்தார். நான்கு வாய்மை களை விளக்கிச் சொல்லி, அஷ்டாங்க மார்க்கத்தை உபதேசம் செய்தார். சுபத்தர் இந்த உபதேசங்களை உடனே தெளிவாக விளங்கிக் கொண்டார்.

பிறகு சுபத்தர் தமக்குத் துறவு கொடுக்க வேண்டும் என்று பகவரை வணங்கி வேண்டிக்கொண்டார். பகவர், ஆனந்த

தேரரை அழைத்துச் சுபத்தருக்குத் துறவு கொடுக்கும்படிச் சொன்னார். அவ்வாறே ஆனந்த தேரர் சுபத்தருக்குத் துறவு கொடுத்தார். கௌதம புத்தர் உயிரோடு இருந்தபோது கடைசியாகத் துறவு பெற்ற பௌத்த பிக்கு சுபத்தரே.

பிக்குகளுக்குப் போதனை

அதன் பிறகு பகவன் புத்தர், ஆனந்த மகாதேரரை அழைத்து இவ்வாறு அருளிச் செய்தார். "ததாகதர் நிர்வாணம்பெற்ற பிறகு சங்கத்தாரில் யாரேனும் பகவர் நிர்வாண மோட்சம் அடைந்து விட்டார். இப்போது நமக்குக் குருநாதன் இல்லை" என்று நினைக்கக்கூடும். அப்படி நினைப்பது தவறு. ஆனந்த! ததாகதரின் போதனைகள் சங்கத்தின் குருநாதனாக இருக்கட்டும். ததாகதரின் போதனைகளைச் சரிவர அறிந்து ஒழுகுங்கள்" என்று அருளினார்.

பிறகு பகவன் புத்தர் பிக்குகளை விளித்து, ததாகதரைப் பற்றியும் அவருடைய போதனையைப் பற்றியும் சங்கத்தைப்பற்றியும் உங்களில் யாருக்கேனும் சந்தேகங்கள் இருக்கக்கூடும். ஏதேனும் ஐயம் இருந்தால் இப்போதே கேளுங்கள். உங்கள் ஐயங்களை விளக்குவேன். இப்பொழுது கேட்காவிட்டால் பிற்காலத்தில், 'ததாகதர் இருந்த காலத்தில் எங்கள் சந்தேகங்களைக் கேட்டு விளக்கம் தெரிந்துகொள்ள வில்லையே?' என்று பின்னால் வருந்தாதீர்கள்" என்று அருளிச் செய்தார்.

அப்போது பிக்குகள் எல்லோரும் ஒன்றும் பேசாமல் மௌனமாக இருந்தார்கள். பகவன் புத்தர் மறுபடியும், ஐயமுள்ளவர்கள் சந்தேகம் கேட்டுத் தெரிந்து கொள்ளலாம் என்று கூறினார். அப்பொழுதும் பிக்குகள் மௌனமாக இருந் தார்கள். மூன்றாம் தடவையும் பகவர், ஐயங்களைக் கூறும்படி கேட்டார். அப்பொழுதும் அவர்கள் வாளா இருந்தார்கள்.

அப்போது பகவன் புத்தர், "ததாகதரிடம் உள்ள குருபத்தி காரணமாக உங்களுக்குள்ள ஐயப்பாடுகளை நேரில் கேட்க நீங்கள் அச்சப்படுவதாக இருந்தால், நண்பர்களுக்கு நண்பர்களாக உங்களுக்குள்ளேயே சந்தேகங்களைக் கேட்டுக் கொள்ளுங்கள்" என்று அருளிச் செய்தார்.

அப்போதும் பிக்குகள் வாளா இருந்தார்கள். அப்போது ஆனந்த மகாதேரர் பகவரை நோக்கி, "பகவரே! அதிசயம், இது மிக்க அதிசயம்! இந்தப் பிக்ஷு சங்கத்திலே புத்த, தர்ம, சங்கங்களைப்பற்றி யாருக்கும் எந்தவிதமான ஐயமும் இல்லை" என்று கூறினார்.

"ஆனந்த! இந்த ஐந்நூறு பிக்குகள் எல்லாரும் நிர்வாண மோட்சம் அடைவார்கள். நிர்வாண மோட்சம் அடையாத பிக்குகள் இந்தச் சங்கத்தில் ஒருவரும் இல்லை" என்று அருளிச் செய்தார். அதன் பிறகு பகவன் புத்தர் பிக்குகளைப் பார்த்துக் கூறினார். "பிக்குகளே! ஐம் பூதங்களின், சேர்க்கையால் உண்டான பொருள்கள் அழிந்துவிடும் என்னும் உண்மையைத் தவிர ததாகதர் உங்களுக்குச் சொல்ல வேண்டியது ஒன்றும் இல்லை. ஆகவே, நிர்வாண மோட்சம் பெறுவதற்கு ஊக்கத் தோடும் உறுதியோடும் முயற்சி செய்யுங்கள்" என்று அருளிச்செய்தார். இதுவே பகவரின் கடைசி போதனையாகும்.

பரி நிர்வாணம்

பிறகு பகவன் புத்தர் தியானத்தில் அமர்ந்து முதல் நிலையை (பேரானந்த நிலையை) யடைந்தார். பிறகு, முதல் நிலையிலிருந்து இரண்டாம் நிலையையடைந்தார். இரண்டாம் நிலையிலிருந்து மூன்றாம் நிலையையடைந்தார். பின்னர் மூன்றாம் நிலையிலிருந்து நான்காம் பேரானந்த நிலையை யடைந்தார். அந்நிலையிலிருந்து எல்லையற்ற பரவெளியை யடைந்தார். அந்நிலையிலிருந்து சூனியநிலையை யடைந்தார். பிறகு அந்நிலையிலிருந்து அதற்கு மேற்பட்ட நிலைவீயடைந்தார்.

அப்போது அனந்த மகாதேரர் அனுருத்தமகாதேரரிடம் "அனுருத்த தேரரே, பகவன் புத்தர் நிர்வாண மோட்சம் அடைந்தார்" என்று கூறினார்.

"இல்லை, ஆனந்த தேரரே, பகவன் புத்தர் இன்னும் நிர் வாண மோட்சம் அடையவில்லை. அவர் தியானத்தின் மிக உயர்ந்த எல்லை யில் இருக்கிறார்" என்று அனுருத்தர் கூறினார்.

அப்போது பகவன் புத்தர் யோகத்தின் மிக உயர்ந்த நிலையிலிருந்து படிப்படியாகக் கீழிறங்கி நான்காம் நிலைக்கு வந்து, அதிலிருந்து இறங்கி மூன்றாம் நிலைக்கு வந்து பிறகு இரண்டாம் நிலைக்கும் முதல் நிலைக்கும் வந்தார். பிறகு, மீண்டும், யோகத்தின் முதல் நிலைக்குச் சென்று அதிலிருந்து இரண்டாம் நிலையையடைந்து, அதிலிருந்து மூன்றாம் நிலைக்குச் சென்று, அதிலிருந்து நான்காம் நிலையை யடைந்து பிறகு பரிநிர்வாண மோட்சத்தை யடைந்தார்.

பகவன் புத்தர் பரி நிர்வாணம் அடைந்தபோது வானமும் பூமியும் அதிர்ந்தன. சகம்பதி பிரமனும், சக்கரனும் (இந்திரனும்) ஆனந்த மகாதேரரும், அனுருத்த மகாதேரரும் புத்தருக்கு வணக்கம் பாடினார்கள். தோன்றின பொருள்கள் அழியும் என்னும் உண்மையை யறிந்த அறிஞரான பிக்குகள் பகவன் புத்தருடைய பிரிவினால் உண்டான துக்கத்தை அடக்கிப் பொறுத்துக் கொண்டார்கள். திடமனம் இல்லாதவர்கள் அழுது புலம்பினார்கள்.

தீப்படுத்தியது

விடியற்காலையில் அனுருத்த மகாதேரர், ஆனந்த மகாதேரரை மள்ளர் இடத்திற்கு அனுப்பி பகவன் புத்தர் பரி நிர்வாண மோட்சம் அடைந்த செய்தியைத் தெரிவித்தார். மள்ளர்கள் மனம் வருந்தி ஆண்களும் பெண்களும் எல்லாரும் அழுதார்கள். பிறகு பூமாலைகளையும் சந்தனம் முதலிய நறுமணப் பொருள்களையும் எடுத்துக்கொண்டு இன் னிசை வாத்தியங்களுடன் வந்து பகவன் புத்தருடைய திருமேனிக்கு அலங்காரம் செய்து வணங்கி இசைகள் வாசித்தும் அவர் புகழைப் பாடியும் கொண்டாடினார்கள். இவ்வாறு ஏழு நாட்கள் நடைபெற்றன.

பிறகு மள்ளர் தலைவர் எண்மர் முழுகிக் குளித்துப் புதிய ஆடைகள் அணிந்து பகவன் புத்தருடைய திருமேனியைத் தீயிட்டுக் கொளுத்தத் தூக்கினார்கள். அவர்களால் தூக்க முடிய வில்லை. திருமேனி எழும்பவில்லை.

அப்போது குசி நகரத்து மள்ளர் வியப்படைந்து வணக்கத்துக் குரிய அநுருத்த தேரரை இதன் காரணம் என்ன வென்று

கேட்டார்கள்: அதற்கு அனுருத்த தேரர் "வாசெந்தர்களே! இதன் காரணம் என்ன வென்றால் உங்கள் எண்ணம் ஒன்றாக இருக்க, தேவர்களின் எண்ணம் வேறொன்றாக இருப்பதுதான்" என்று கூறினார்.

"தேவர்களின் எண்ணம் என்ன?" என்று அவர்கள் கேட்டார்கள்.

"உங்களுடைய எண்ணம் பகவருடைய திருமேனியை நகரத்தின் தெற்கே கொண்டுபோய் தீயிலிட்டு எரிக்க வேண்டும் என்பது. தேவர்களின் எண்ணம் என்னவென்றால், திருமேனியை நகரத்தின் வடக்கே நகரத்தின் வடக்குவாயில் வழியாக நகரத்துக்குள் கொண்டு போய் நகரத்தின் நடுவில் சென்று அங்கிருந்து கிழக்குப் பக்கமாகக் கொண்டு போய் கிழக்கு வாயிலின் அருகில் இருக்கிற மகுட பந்தனம் என்னும் மள்ளரின் கோயிலுக்குப் பக்கத்தில் திருமேனியைத் தீயிட்டு எரிக்க வேண்டும் என்பது" என்று அநுருத்த மகாதேரர் கூறினார்.

அவ்வாறே செய்வோம் என்று மள்ளர்கள் குசிநகரத்து வீதிகளை அலங்காரம் செய்தார்கள். பிறகு இன்னிசைகள் முழங்க ஆடிக் கொண்டும் பாடிக்கொண்டும் திருமேனியைத் தூக்கிக் கொண்டு நகரத்துக்கு வடக்கே கொண்டுபோய் வடக்கு வாயிலில் நுழைந்து நகரத்தின் மத்தியில் கொண்டுவந்து பிறகு கிழக்கு வாயில் பக்கமாக மகுட பந்தன ஆலயத்துக்கு அருகில் கொண்டு போனார்கள். பிறகு, மள்ளர் வணக்கத்துக்குரிய ஆனந்த மகா தேரரிடம் இனி என்ன செய்ய வேண்டும் என்று கேட்டார்கள். ஆனந்த மகாதேரர், "அரசச் சக்கரவர்த்தி இறந்துபோனால் அவர் உடம்பை என்ன செய்கிறார்களோ அப்படிச் செய்யுங்கள்?" என்று கூறினார்.

"வேசந்தர்களே! கேளுங்கள். அரசச் சக்கரவர்த்தி இறந்து போனால் அந்த உடம்பைத் துணியினாலும் பருத்திப் பஞ்சினாலும் ஒன்றின்மேல் ஒன்றாக ஐந்நூறு சுற்றுச் சுற்றிக் கட்டிய பிறகு பெரிய இரும்புப் பாத்திரத்தில் நிறைய எண்ணெய் ஊற்றி அதில் கட்டின உடம்பை வைத்து மற்றொரு இரும்புப் பாத்திரத்தினால் மூடுவார்கள். பிறகு, விறகுகளை அடுக்கி அதன்மேல் உடம்பை வைத்துத் தீயிட்டுக் கொளுத்துவார்கள். கொளுத்தி எரித்து கரியான எலும்பை

எடுத்து அதன் மேல் சேதியம் கட்டுவார்கள். வேசந்தர்களே! பகவன் ததாகதருடைய திருமேனியை அந்த விதமாகச் செய்யுங்கள்" என்று ஆனந்த மகாதேரர் கூறினார்.

குசிநகரத்து மள்ளர்கள் ஆனந்த மகாதேரர் சொன்ன முறைப் படியே பகவன் புத்தருடைய திருமேனியைத் துணி யினாலும் பருத்திப் பஞ்சினாலும் சுற்றி இரும்புப் பாத்திரத்தில் எண்ணெயில் இட்டு மூடிப் பிறகு ஈம விறகை அடுக்கி அதன் மேல் திருமேனியை வைத்தார்கள்.

அப்போது குசிநகரத்து மள்ளர் தலைவர் நால்வர் நீராடி நல்லாடை அணிந்து பகவன் புத்தரின் திருமேனிக்குத் தீ யிட்டார்கள். என்ன வியப்பு! தீ பற்றவில்லை!

அவர்கள் வணக்கத்துக்குரிய அநுருத்தமகா தேரரை இதன் காரணம் என்ன என்று கேட்டார்கள். அவர், வாசந்தர்களே! தேவர்களின் எண்ணம் வேறுவிதமாக இருக்கிறது" என்று கூறினார்.

"தேவர்களின் எண்ணம் என்ன? தேரரே!"

"வணக்கத்துக்குரிய மகாகாசப மகாதேரர், தம்முடைய பிக்குச் சங்கத்துடன் பாவாபுரியிலிருந்து குசிநகரத்துக்கு இப்போது வந்து கொண்டிருக்கிறார். அவர் வந்து பகவன் புத்தரின் திருவடிகளை வணங்கின. பிறகுதான் தீப் பற்றி எரியும்" என்று மகாதேரர் கூறினார்.

"அப்படியே ஆகட்டும்" என்று அவர்கள் சொன்னார்கள்.

மகாகாசப மகாதேரர் பிக்கு சங்கத்துடன் விரைந்து வந்து மள்ளருடைய கோவிலுக்கருகில் ஈமவிறகின்மேல் வைக்கப் பட்டிருந்த பகவன் புத்தரின் திருமேனியை மும்முறை வலம் வந்து திருவடிகளைப் பணிந்தார். அவ்வாறே மற்றப் பிக்குகள் எல்லோரும் வலம் வந்து வணங்கிப் பணிந்தார்கள். எல்லோரும் பணிந்து வணங்கிய பிறகு தீ பற்றி எரிந்தது.

பகவன் புத்தருடைய திருமேனி தீயில் எரிந்து சாம்பலாயிற்று. திருமேனி முழுவதும் எரிந்து சாம்பலான பிறகு எலும்புகள் மட்டும் எரிந்து கருகி எஞ்சியிருந்தன. அப்போது மழை பெய்து தீயவிந்தது. மள்ளர்களும் நறுமணமுள்ள நீரினால் சாம்பலை அவித்து எலும்பு களை எடுத்துப் பொற்றட்டில் வைத்துக்

குசி நகரத்து மண்ட பத்துக்கு எடுத்துக்கொண்டு போனார்கள். போய் அங்கு அதை வைத்துப் பூக்களை இட்டு வணங்கி ஏழுநாட்கள் விழா கொண்டாடினார்கள்.

சேதியம் கட்டியது

பகவன் புத்தர் பரி நிர்வாணம் அடைந்தார் என்பதைக் கேள்விப்பட்ட அஜாதசத்துரு அரசன், தூதுவரை அனுப்பித் தனக்குப் புத்தருடைய தாது சிலவற்றை அனுப்பும்படிக் கேட்டான். அவ்வாறே வைசாலி நாட்டு லிச்சாவியரும், கபிலவத்துச் சாக்கியரும், அல்ல கப்பை பூலிகரும், இராம கிராகத்துக் கோலியரும், பாவாபுரி மள்ளர்களும், வேட்ட தீபத்துப் பிராமணர்களும் தங்களுக்குப் புத்த தாது வேண்டும் என்றும் அந்தத் தாதுவின்மேல் சேதியங்களை அமைக்கப் போவதாகவும் கூறினார்கள்.

ஆனால், குசி நகரத்து மள்ளர்கள், புத்த தாதுவை ஒருவருக்கும் கொடுக்கமாட்டோம் என்று பிடிவாதம் செய்தார்கள். அப்போது, அங்கிருந்த துரோணன் என்னும் பார்ப்பனன், அவர்களை அமைதிப்ப டுத்தி, புத்த தாதுவைப் பல இடங்களுக்கு அனுப்பினால், அத்தாதுக்களின் மேல் சேதியங்களை அமைத்துக் கொண்டாடுவார்கள்; அதனால் பகவன் புத்தருடைய புகழும் பெருமையும் உலகெங்கும் பரவும் என்று கூறினான். அவர்கள் தாதுவைப் பங்கிட்டுக்கொள்ள இசைந்தார்கள். அவர்கள் துரோணனையே புத்த தாதுவைப் பங்கிடும்படிக் கூறினார்கள். அவனும் தாதுவை எட்டுச் சம பங்காகப் பங்கிட்டுக் கொடுத்தான். தாதுவைப் பங்கிட்ட தட்டத்தை அவன் எடுத்துக் கொண்டு அத்தட்டத்தின்மேல் சேதியம் கட்டினான். தாதுவைக் கொண்டு போன எல்லோரும் அதைப் புதைத்த இடத்தில் சேதியங்களைக் கட்டினார்கள்.

புத்த தாது பங்கிடப்பட்ட பிறகு பிப்பலிவனத்தைச் சேர்ந்த மௌரியர்கள், தங்களுக்கும் புத்த தாது வேண்டுமென்று கேட்டார்கள். முன்னமே பங்கிடப்பட்டபடியினாலே, அவர்களுக்குத் தாது கிடைக்க வில்லை. அவர்கள், திருமேனியை எரித்து எஞ்சியிருந்த கரிகளைக் கொண்டுபோய் அதன்மீது

சேதியங் கட்டினார்கள். இவ்வாறு பகவன் புத்தருடைய தாதுக்களின் மேலே பத்துச் சேதியங்கள் கட்டப்பட்டன.

மருள் அறுத்த பெரும் போதி

மாதவரைக் கண்டிலனால் — என் செய்கோயான்!

அருள் இருந்த திருமொழியால்

அறவழக்கங் கேட்டிலனால் — என் செய்கோயான்!

பொருள் அறியும் அருந்தவத்துப்

புரவலரைக் கண்டிலனால் — என் செய்கோயான்!

* * *

அடிக்குறிப்புகள்

1. பத்துப்பார மிதைகளாவன: 1. தானம் 2. சீலம் (ஒழுக்கம்) 3. நெக்கம்மம் (ஆசைகளை அகற்றிப் பிறர் நலத்துக்காக வாழ்தல்) 4. பஞ்ஞா (ஞானம்) 5. வீரியம் (ஆற்றல்) 6. கந்தி (பொறுமை) 7. வாய்மை (பத்தியம்) 8. அதிட்டானம் (ஒழுக்கம் நேர்மை இவற்றிலிருந்து பிறழாமல் இருத்தல்) 9. மேத்தை (அன்பும் அருளும் உடைமை) 10. உபேக்ஷை (விருப்பு வெறுப்பு இல்லாதிருத்தல்)
2. உதானம் — பிரீதிவாக்கியம்.
3. மணிமேகலை 30: 104 — 118. இது, விநயபிடகத்தின் மகாவக்கம் என்னும் பிரிவில் முதல் காண்டத்தில் உள்ள பாலி மொழி வாக்கியத் தின் சொல்லுக்குச் சொல் நேர் மொழி பெயர்ப்பாக இருக்கிறது.
4. மணிமேகலை 30 : 119—133 இது, விநயபிடகம் மகாவக்கம் முதல் காண்டத்தில் உள்ள பாலி மொழி வாக்கியத்தின் நேர் மொழி பெயர்ப்பாக அமைந்திருக்கிறது.
5. ஆசவம் — காமம், பவம் — திட்டி, அவிஜ்ஜை என்பன.
6. கிருத்தியம், கிருதம் என்பதற்கு முறையே செய்த, செய்கின்ற என்பது பொருள்.

* * *

இணைப்பு: 1

திரிபிடகம்

பௌத்தமத வேதங்களுக்குத் திரிபிடகம் என்பது பெயர். பாலிமொழியில் திபிடகம் என்று கூறுவர். அவற்றிற்கு விநய பிடகம், அபிதம்ம பிடகம், சூத்திரபிடகம் என்று பெயர். அவை பாலி மொழியிலே எழுதப் பட்டுள்ளன.

புத்தர் பெருமான் நாற்பத்தைந்து ஆண்டுகளாகத் தமது கொள்கைகளை நாடெங்கும் போதித்து வந்த போதிலும், அவர் அக் கொள்கைகளை நூல் வடிவமாக எழுதி வைக்கவில்லை. ஆனால், அவருடைய சீடர்கள், அவருடைய போதனைகளை இரண்டு சம்ஹிதைகளாகத் தொகுத்துப் பாராயணம் செய்து வந்தார்கள். அவற்றிற்கு விநய சம்ஹிதை, தர்ம சம்ஹிதை என்று பெயர், சம்ஹிதை என்றால் தொகுப்பு என்பது பொருள்.

பகவர் புத்தர் நிர்வாண மோக்ஷம் அடைந்த சில தினங்களுக்குப் பிறகு, மகதநாட்டின் தலைநகரமான இராசகிருக நகரத்துக்கு அருகில் ஸத்தபணி என்னும் மலைக்குகையிலே கார் காலத்தைக் கழிக்கும் பொருட்டு ஐந்நூறு தேரர்கள் (பௌத்தத் துறவிகள்) ஒருங்கு கூடினார்கள். இதுவே பௌத்தரின் முதல் மகாநாடு ஆகும். புத்தரின் முக்கியச் சீடர் ஆகிய மகாகாசிபர், இந்த மகாநாட்டிற்குத் தலைமை தாங்கினார். இம் மகாநாட்டிலே, புத்தர் பெருமான் அருளிச்செய்த விநய போதனைகளை உபாலி என்னும் தேரர் எடுத்து ஓதினார். இதற்கு விநய பிடகம் என்று பெயரிட்டனர். மற்றொரு தேரராகிய ஆனந்தர், புத்தர் அருளிச் செய்த தர்மபோதனைகளை இம்மகாநாட்டில் ஓதினார். இதற்கு தம்ம (தர்ம) பிடகம் என்று பெயரிட்டனர். இவ்வாறு முதல் பௌத்த சங்கத்திலே, புத்தருடைய போதனைகள் இரண்டு பிடகங்களாகத் தொகுக்கப்பட்டன.

பிற்காலத்திலே, அபிதம்ம பிடகத்திலிருந்து சில பகுதிகளைத் தனியாகப் பிரித்து அதற்குச் சூத்திரபிடகம் என்று பெயரிட்டார்கள். புத்தருடைய போதனைகள் இவ்வாறு மூன்று பிரிவாகத் தொகுக்கப் பட்டபடியினாலே இவற்றிற்குத் திரிபிடகம் என்று பெயர் உண்டாயிற்று.

புத்தர் திருவாக்குகள் திரிபிடகமாகத் தொகுக்கப்பட்ட பிறகும், அவை எழுதப்படாமல் எழுதாமறையாகவே இருந்தன. அவற்றைப் புத்தருடைய சீட பரம்பரையினர் வாய்மொழியாகவே ஓதிப் போற்றி வந்தனர். அவர்கள் வெவ்வேறு பிரிவாகப் பிரிந்து, பிடகங்களின் வெவ்வேறு பகுதிகளைக் குரு சிஷ்யப் பரம்பரை யாக ஓதி வந்தார்கள்.

வினயபிடகத்தை ஓதிய தேரர்கள் வினயதரர் என்றும் சூத்திர பிடகத்தை ஓதிய தேரர்கள் சூத்ராந்திகர் என்றும் அபிதம்ம பிடகத்தை ஓதிய தேரர்கள் அபிதம்மிகர் என்றும் பெயர் வழங்கப்பட்டனர். இப் பெரும் பிரிவுகளில் உட்பிரிவுகளும் உண்டு. அவர்களுக்கு அந்தந்தப் பிரிவுகளின் பெயர் வழங்கப்பட்டன. உதாரணம், தீக பாணகர், மஜ்ஜிம பாணகர், சம்யுக்த பாணகர், அங்குத்தர பாணகர், ஜாதக பாணகர், தம்மபதப் பாணகர் முதலியன.

பிற்காலத்திலே பௌத்த மதத்திலே சில பிரிவுகள் ஏற் பட்டன. இப் பிரிவுகளைப் பழைய பிரிவினர், புதிய பிரிவினர் என்று இரண்டு பெரும் பிரிவுகளில் அடக்கலாம். பழைய பிரிவுக்குத் தேரவாத பௌத்தம் என்பது பெயர். (இதனை ஹீனமான பௌத்தம் என்று தவறாகப் பெயர் கூறப்படுகிறது.) புதிய பிரிவுக்கு மகாயான பௌத்தம் என்பது பெயர்.)

இலங்கைத் தீவிலே பழைய தேரவாத பௌத்த மதம் போற்றிப் பாதுகாக்கப்பட்டு வந்தது. காலப் போக்கிலே இலங்கையிலேயும் புதிய பௌத்தக் கொள்கைகள் பரவத் தொடங்கின. அப்போது, பழைய தேர வாத மதத்தில் புதிய கொள்கைகள் புகாதபடிசெய்ய, திரிபிடகங்களை எழுத்தில் எழுதிவைக்கத் தொடங்கினார்கள். இலங்கைத் தீவை கி.மு. முதல் நூற்றாண்டிலே (கி.மு. 88 முதல் 76 வரையில்) அரசாண்ட வட்ட காமினி என்னும் அரசன் காலத்தில், மலைய நாட்டிலே மாத்தளை என்னும் ஊரில் உள்ள அலு (ஆலோக) விகாரை என்னும் பௌத்தப் பள்ளியிலே, முன்பு

வாய்மொழியாக ஓதப்பட்டுவந்த திரிபிடகம், நூல் வடிவமாக ஏட்டில் எழுதப்பட்டது.

திரிபிடக நூல்கள் பாலிமொழியில் எழுதப்பட்டுள்ளன. தேரவாத பௌத்த நூல்கள் உரைநூல்கள் உட்பட யாவும் பாலி மொழியிலேயே எழுதப்பட்டுள்ளன. (மகாயான பௌத்த நூல்கள் வடமொழியிலே எழுதப் பட்டுள்ளன.) பிடக நூல்களும் அவற்றின் பிரிவுகளும் வருமாறு:

1. விநயபிடகம்

இது விநயபிடகம், பாதிமோக்கம் என்னும் இரண்டு பிரிவுகளை யுடையது. விநயபிடகத்துக்கு சமந்த் பாஸாதிகா என்னும் உரையையும், பாதிமோக்கத்திற்கு கங்காவிதரணீ என்னும் உரையையும் ஆசாரிய புத்தகோஷர் பாலிமொழியிலே எழுதி இருக்கிறார்.

2. சூத்திரபிடகம்

இது தீகநிகாயம், மஜ்ஜிம நிகாயம், ஸம்புக்த நிகாயம், அங்குத்தர நிகாயம், குட்டக நிகாயம் என்னும் ஐந்து பிரிவுகளையுடையது.

ஐந்தாவது பிரிவாகிய குட்டக நிகாயத்துக்குப் பதினைந்து உட்பிரிவுகள் உள்ளன. அவையாவன:— குட்டக பாதம், தம்மபதம், உதானம், இதிவுத்தகம், ஸத்த நிபாதம், விமானவத்து, பேதவத்து, தேரகாதை, தேரி காதை, ஜாதகம், மஹாநித்தேசம், படிஸம்ஹித மக்கம், அபதானம், புத்த வம்சம், சரியாபிடகம் என்பன.

சூத்திர பிடகத்தின் முதல் நான்கு பிரிவுகளுக்கு ஆசாரிய புத்த கோஷர் பாலி மொழியில் உரை எழுதியிருக்கிறார். தீக நிகாயத்துக்கு சுமங்களவிலாசினீ என்னும் உரையையும், மஜ்ஜிம நிகாயத்துக்கு பபஞ்ச சூடனீ என்னும் உரையையும், சம்புக்த நிகாயத்துக்கு ஸாராத்த பகாஸினீ என்னும் உரையையும், அங்குத்தர நிகாயத்துக்கு மனோரத பூரணீ என்னும் உரையையும் எழுதியிருக்கிறார்.

சூத்திர பிடகத்தின் ஐந்தாவது பிரிவாகிய குட்டக நிகாயத்தின் உட்பிரிவாகிய குட்டக பாதத்திற்குப் பரமார்த்த ஜோதிகா

என்னும் உரையையும், தம்ம பதத்திற்கு தம்மபதாட்டகதா என்னும் உரையையும் ஆசாரிய புத்த கோஷர் எழுதினார்.

உதானம், இதிவுத்தகம் என்னும் பிரிவுகளுக்குப் பரமார்த் தீபனீ என்னும் உரையைத் தமிழராகிய ஆசாரிய தர்மபால மகாதேரர் எழுதினார்.

ஐந்தாவது உட்பிரிவாகிய சுத்த நிபாதத்திற்குப் பரமார்த்த ஜோதிகா என்னும் உரையை ஆசாரிய புத்த கோஷர் எழுதினார்.

விமானவத்து, பேதவத்து, தேரகாதை, தேரிகாதை என்னும் நான்கு உட்பிரிவுகளுக்குத் தமிழராகிய ஆசாரிய தர்மபால மகாதேரர், பரமார்த்த தீபனீ என்னும் உரையை எழுதினார்.

ஜாதகம் என்னும் உட்பிரிவுக்கு ஜாதகாத்த கதா என்னும் உரையை ஆசாரிய புத்த கோஷர் எழுதினார்.

நித்தேசம் என்னும் பிரிவுக்கு ஸத்தம்ம பஜ்ஜோ திகா என்னும் உரையை உபசேனர் என்பவர் எழுதினார்.

படிஸம்ஹித மக்கம் என்னும் பிரிவுக்கு ஸத்தம்ம பகாஸினீ என்னும் உரையை மகாநாமர் என்பவர் எழுதினார்.

அபதானம் என்னும் பிரிவுக்கு விசுத்தசன விலாஸினீ என்னும் உரையை ஒருவர் எழுதினார். அவர் பெயர் தெரியவில்லை.

புத்த வம்சம் என்னும் பிரிவுக்கு மதுராத்த விலாஸினீ என்னும் உரையை சோழநாட்டுத் தமிழராகிய ஆசாரிய புத்ததத்த தேரர் எழுதினார்.

சரியா பிடகம் என்னும் பிரிவுக்கும் பரமார்த்த தீபனீ என்னும் உரையை ஆசாரிய தம்மபால மகாதேரர் எழுதினார்.

3. அபிதம்ம பிடகம்

இது தம்ம ஸங்கினீ, விபங்கம், கதாவத்து, புக்கல பஞ் ஞத்தி, தாதுகதா, யமகம், பட்டானம் என்னும் ஏழு பிரிவுகளையுடையது. இந்த ஏழு பிரிவுகளுக்கும் ஆசாரிய புத்த கோஷர் உரை எழுதியிருக்கிறார். முதல் பிரிவுக்கு அத்த சாலினீ என்னும் உரையையும், இரண்டாது பிரிவுக்கு

ஸம்மோஹ விநோதினி என்னும் உரையையும், மற்ற ஐந்து பிரிவுகளுக்குப் பஞ்சப்பகரண அட்டகதா என்னும் உரையையும் எழுதினார்.

இவை யன்றித் தேரவாத பௌத்தத்தில் வேறு சில நூல்கள் பாலி மொழியில் உள்ளன. விரிவஞ்சி அவற்றின் பெயரைக் கூறாது விடுகின்றோம். மகாயான பௌத்த மத நூல்களும் பல உள்ளன. அவைகளையும் இங்குக் கூறாது விடுகின்றோம்.

* * *

இணைப்பு: 2

திரிசரணம் (மும்மணி)

பௌத்தர்கள் புத்தர் தர்மம் சங்கம் என்னும் மும்மணிகளை அடைக்கலம் புக வேண்டும். மும்மணிகளுக்குத் திரிசரணம் என்பது பெயர். திரிசரணத்தின் பாலி மொழி வாசகம் இது.

புத்தம் சரணங் கச்சாமி
தம்மம் சரணங் கச்சாமி
சங்கஞ் சரணங் கச்சாமி
துத்யம்பி, புத்தம் சரணங் கச்சாமி
தம்மம் சரணங் கச்சாமி
சங்சஞ் சரணங் கச்சாமி
தித்யம்பி, புத்தம் சரணங் கச்சாமி
தம்மம் சரணங் கச்சாமி
சங்கஞ் சரணங் கச்சாமி

இதன் பொருள் வருமாறு:

புத்தரை அடைக்கலம் அடைகிறேன்
தருமத்தை அடைக்கலம் அடைகிறேன்
சங்கத்தை அடைக்கலம் அடைகிறேன்
இரண்டாம் முறையும்
புத்தரை அடைக்கலம் அடைகிறேன்
தருமத்தை அடைக்கலம் அடைகிறேன்.
சங்கத்தை அடைக்கலம் அடைகிறேன்.
மூன்றாம் முறையும் புத்தரை அடைக்கலம் அடைகிறேன்
தருமத்தை அடைக்கலம் அடைகிறேன்
சங்கத்தை அடைக்கலம் அடைகிறேன்

தசசீலம் (பத்து ஒழுக்கம்)

பௌத்தரில் இல்லறத்தார் பஞ்ச (ஐந்து) சீலங்களை மேற்கொள்ள வேண்டும். துறவறத்தார் தச (பத்து) சீலங்களை மேற்கொள்ள வேண்டும். சீலத்தைச் சிக்காபதம் என்றும் கூறுவர். தச சீலத்திலே பஞ்ச சீலங்களும் அடங்கியுள்ளன. இல்லறத்தார் பஞ்ச சீலங்களையும், துறவறத்தார் தச சீலங்களையும் தினந்தோறும் ஓத வேண்டும். தச சீலத்தின் பாலி மொழி வாசகம் இது:

1. **பானாதி பாதா வேரமணி ஸிக்காபதம் ஸமாதியாமி**
2. **அதின்னாதானா வேரமணி ஸிக்காபதம் ஸமாதியாமி**
3. **அஹ்ப்ரஹ்மசரியா வேரமணி ஸிக்காபதம் ஸமாதியாமி**
4. **மூஸாவாதா வேரமணி ஸிக்காபதம் ஸமாதியாமி**
5. **ஸுராமேரய மஜ்ஜப மாதட்டாணா வேரமணி ஸிக்காபதம் ஸமாதியாமி**
6. **விகால போஜனா வேரமணி ஸிக்காபதம் ஸாதியாமி**
7. **நச்சகீத வாதித விலரக்க தஸ்ஸனமால கந்த விவப்பண தாரணமண்டன விபூஷணட்டானா வேரமணி ஸிக்காபதம் ஸமாதியாமி**
8. **உட்சாசன மஹாசயன வேரமணி ஸிக்காபதம் ஸமாதியாமி**

இதன் பொருள் வருமாறு:

1. உயிர்களைக் கொல்லாமலும் இம்சை செய்யாமலும் இருக்கும் சீலத்தை (ஒழுக்கத்தை) மேற்கொள்கிறேன்.
2. பிறர் பொருளைக் களவு செய்யாமலிருக்கும் சீலத்தை மேற் கொள்கிறேன்.
3. பிரமசரிய விரதம் என்னும் சீலத்தை மேற்கிறேன். (இது இல்லறத் தாருக்குப் பிறர் மனைவியரிடத்தும் பிற புருஷரிடத்தும் விபசாரம் செய்யாமல் இருப்பது என்று பொருள்படும். துற வறத்தாருக்குப் பிரமசரிய விரதம் என்பது இணை விழைச்சியை அறவே நீக்குதல் என்று பொருள்படும்.)

4. பொய் பேசாமலிருத்தல் என்னும் சீலத்தை மேற்கொள்கிறேன்.

5. கள் முதலிய மயக்கந்தருகிற பொருள்களை நீக்குததல் என்னும் சீலத்தை மேற்கொள்கிறேன்.

6. உண்ணத் தகாத வேளையில் உணவு கொள்ளாமை என்னும் சீலத்தை மேற்கொள்கிறேன்.

7. இசை, ஆடல்பாடல்களைக் கேட்டல், காண்டல், புஷ்பம் வாசனைத் தயிலம் முதலியவற்றை உபயோகித்தல், பொன் வெள்ளி முதலியவற்றை உபயோகித்தல் ஆகிய இவற்றைச் செய்யாமல் இருக்கிற சீலத்தை மேற்கொள்கிறேன்.

8. உயரமான படுக்கை, அகலமான படுக்கை முதலிய சுக ஆசனங்களை உபயோகிக்காமல் இருக்கிற சீலத்தை மேற் கொள்கிறேன்.

* * *

இணைப்பு: 3

புத்தர் பொன்மொழிகள்

- பாவஞ் செய்தவன் இம்மையிலும் துக்கமடைகிறான்; மறுமை யிலும் துக்கமடைகிறான். அவன் இரண்டிடங்களிலும் துக்கமடை கிறான். தான் செய்த தீய செயல்களைக் கண்டு விசனம் அடைந்து அழிந்து போகிறான்.
- புண்ணியம் செய்தவன் இம்மையிலும் மகிழ்ச்சியடைகிறான்; மறுமையிலும் மகிழ்ச்சியடைகிறான். அவன் இரண்டிடங்களிலும் மகிழ்ச்சியடைகிறான். தான் செய்த நல்ல செயல்களைக் கண்டு மனம் மகிழ்ந்து மேன்மேலும் இன்பம் அடைகிறான்.
- ஒருவர் தாம் உபதேசிப்பதுபோல செய்கையில் நடக்காமல் இருந்தால் அவருடைய உபதேசங்கள், மணம் இல்லாத பூவைப் போலப் பயனற்றவை ஆகும்.
- ஒருவர் தாம் உபதேசிப்பதுபோலவே செயலிலும் செய் வாரானால், அவருடைய போதனைகள், மிக அழகான பூவுக்கு நறுமணம் அமைந்திருப்பதுபோல, மிக்க பயனுடையவை ஆகும்.
- மூடர்கள் அறிஞருடன் தமது வாழ்நாள் முழுவதும் பழகினாலும், அகப்பை குழம்பின் சுவையை அறியாதது போல, அவர்கள் அற நெறியை அறிகிறதில்லை.
- அறிவுள்ளவர்கள் அறிஞருடன் சிறிதுநேரம் பழகினாலும், நா வானது குழம்பின் சுவையை அறிவதுபோல, அவர்கள் நன்னெறியை அறிந்து கொள்கிறார்கள்.

- குற்றங்களைச் சுட்டிக்காட்டிக் கண்டிக்கிற ஒருவரைக் கண்டால், செல்வப்புதையல் இருக்கும் இடத்தைச் சுட்டிக்காட்டுகிறவர் எனக் கருதி, அவரோடு நட்புக் கொண்டு பழகவேண்டும். அப்படிப்பட்ட வரை நண்பராகக் கொண்டு அவருடன் பழகுவது நன்மை பயக்குமே யன்றித் தீமை பயக்காது.
- தீயவர்களோடு நேசம் செய்யாதே; அற்பர்களோடு இணங்காதே. நேர்மையுள்ள நல்லவர்களோடு நட்புக் கொள். மேன்மக்களோடு சேர்ந்து பழகு.
- பயனற்ற ஆயிரம் செய்யுள்களைப் படிப்பதைவிட மன அமைதியைத் தருகிற ஒரே ஒரு செய்யுளைப் படிப்பது மிக மேலானது.
- மன அமைதியைத் தருகிற ஒரு செய்யுளானது பயனற்ற ஆயிரம் செய்யுள்களைவிட மிக மேலானது.
- முயற்சி இல்லாமல் சோம்பலோடு இருக்கிற ஒருவருடைய நூறு ஆண்டு வாழ்க்கையைவிட, ஆற்றலோடும் ஊக்கத்தோடும் முயற்சி செய்கிற ஒருவருடைய ஒரு நாள் வாழ்க்கை மேன்மை யுடையது.
- உத்தம தர்மத்தை அறிந்த ஒருவருடைய ஒரு நாளைய வாழ்க்கையானது, அவ்வுத்தம தர்மத்தைக் காணாத ஒருவருடைய நூறு ஆண்டு வாழ்க்கையைவிட மேலானது.
- சாவு வராமல் தடுத்துக்கொள்ள இவ்வுலகத்திலே ஆகாயத்தி லாயினும், கடலின் நடுவிலாயினும், மலைக் குகைகளிலாயினும் ஒளிய இடம் இல்லை.
- யாரிடத்திலும் கடுஞ்சொற்களைப் பேசாதே. கடுஞ் சொல் பேசியவர் கடுஞ்சொற்களால் தாக்கப்படுவர். சுடுசொற்கள் மெய் யாகவே துன்பந்தருகின்றன. அடிக்கு அடி திருப்பி அடிக்கப்படும்.
- கல்வி, அறிவு இல்லாத ஆள் எருதைப் போன்று வளர்கிறான். அவனுடைய சதை வளர்கிறது; அவன் அறிவு வளரவில்லை.
- இளமையிலே தூய வாழ்க்கையை மேற்கொள்ளாதவரும் செல்வத்தைத் தேடிக் கொள்ளாதவருந் தமது

முதுமைக்காலத்தில், மீனில்லாத குளத்தில் இரை தேடிக்காத்திருக்கும் கிழக் கொக்கைப் போல, சோர்ந்து அழிவார்கள்.

- ஒருவர் முதலில் தம்மை நல்வழியில் நிறுத்திக் கொள்ள வேண்டும். பிறகுதான் மற்றவர்களுக்கு உபதேசிக்க வேண்டும். இத்தகையவர் நிந்திக்கப்பட மாட்டார்கள்.
- நீயே உனக்குத் தலைவன், உன்னையன்றி வேறு யார்தான் உனக்குத் தலைவராகக் கூடும்? ஒருவர் தன்னைத்தானே அடக்கி ஒழுகக் கற்றுக் கொள்வாரானால், அவர் பெறுதற்கரிய தலைவரைப் பெற்றவர் ஆவார்.
- ஆக்கத்தைத் தராததும் தீமையைப் பயப்பதும் ஆகிய செயல்களைச் செய்வது எளிது. நன்மையைத் தருகிற நல்ல காரியங்களைச் செய்வது மிக அரிது.
- அசட்டையாயிராமல் விழிப்பாக இரு. அறத்தை முழுதும் கைக் கொண்டு ஒழுகு. அறவழியில் நடப்பவர்கள் அவ்வுலகத்திலும் இவ் வுலகத்திலும் சுகம் அடைகிறார்கள்.
- "பாவங்களைச் செய்யாதிரு. நல்லவற்றைச் செய். மனத்தைச் சுத்தப் படுத்து!" என்னும் இவை புத்தருடைய போதனைகளாக இருக்கின்றன.
- புத்தரையும் தர்மத்தையும் சங்கத்தையும் சரணம் அடைந்து, நற்காட்சி பெற்று, நான்கு வாய்மைகளான துக்கம், துக்க காரணம், துக்க நீக்கம், துக்கம் நீக்கும்வழி ஆகிய இவைகளையும், துன்பத்தை நீக்குகிற மார்க்கத்துக்கு அழைத்துச் செல்கிற அஷ்டாங்க மார்க்கத்தையும் காண்கிறவர்கள் உண்மையான புகலிடத்தை யடைகிறார்கள். இதை அடைந்தவர்கள் எல்லாத் துன்பங்களிலிருந்தும் விடுபடுகிறார்கள்.
- கோபத்தை அன்பினால் வெல்க. தீமையை நன்மையினாலே வெல்க. கருமியைத் தானத்தினால் வெல்க. பொய்யை மெய்யி னாலே வெல்க.
- உண்மை பேசுவாயாக; சினத்தைத் தவிர்ப்பாயாக; உன்னிடம் இருப்பது மிகக் கொஞ்சமானாலும்

யாசிக்கிறவர்களுக்கு அதை ஈவாயாக. இம்மூன்றையும் செய்கிற ஒருவர் தேவர்கள் இருக்கிற இடத்திற்குச் செல்கிறார்.

- முற்றும் இகழப்படுபவரும் முற்றும் புகழப்படுபவரும் அன்றும் இல்லை; இன்றும் இல்லை; என்றும் இல்லை.
- உடம்பினால் உண்டாகிற குற்றங்களை அடக்கிக் காத்துக் கொள். உடம்பை அடக்கி ஆள்க. உடம்பினால் உண்டாகும் தீய காரியங்களை விலக்கி நல்ல காரியங்களைச் செய்க.
- வாக்கினால் உண்டாகும் குற்றங்களை அடக்குக. வாக்கினை அடக்கி ஆள்க. வாக்கினால் உண்டாகும் தீய சொற்களை விலக்கி நல்ல பேச்சுக்களையே பேசுக.
- மனத்தினால் உண்டாகும் குற்றங்களை அடக்குக. மனத்தை அடக்கி ஆள்க. மனத்தில் உண்டாகும் குற்றங்களை நீக்கி நல்ல எண்ணங்களையே எண்ணுக.
- உடல், வாக்கு, மனம் இவைகளை அடக்கி ஆள்கிற அறிஞர், உண்மையாகவே நல்ல அடக்கம் உள்ளவர் ஆவர்.
- அழுக்குகளில் எல்லாம் அறியாமை என்னும் அழுக்கு மிகக் கொடியது. இது பெரிய குற்றம். பிக்குகளே! இந்த அழுக்கை நீக்குங்கள். அழுக்கற்று இருங்கள்.
- உயிரைக் கொல்கிறவரும், பொய் பேசுகிறவரும், திருடு கிறவரும், பிறன் மனைவியை விரும்புகிறவரும், மயக்கந்தருகிறகள்ளைக் குடிக்கிறவரும் இவ்வுலகத்திலேயே தமது வேரைத் தாமே தோண்டிக்கொள்கிறார்கள்.
- பிறருடைய குற்றம் எளிதில் காணப்படுகிறது. பிறருடைய குற்றங்களைக் காற்றில் பதரைத் தூற்றுவது போலத் தூற்றுகிறவர், தந்திரமுள்ள சூதாடி தோல்வியை மறைப்பதற்குச் சூதுக்காயை ஒளிப்பதுபோல தனது சொந்தக் குற்றத்தை மறைக்கிறார்.
- பிறர் மனைவியிடத்துச் சோரம் போகிறவனுக்குப் பாவம், அமைதியான தூக்கம் இன்மை, பழிச்சொல், நரகம் என்னும் இந் நான்கு தீமைகள் விளைகின்றன.

மேலும் அவன் பாவத்தை யடைந்து மறுமை யில் தீக்கதி அடைகிறான். அச்சம் உள்ள ஒருவன், அச்சம் உள்ள ஒருத்தியோடு, கூடா ஒழுக்கத்தினால் அடைகிற இன்பம் மிகச் சிறியது. அரசனும் அவனைக் கடுமை யாகத் தண்டிக்கிறான். ஆகவே, பிறன் மனைவியை விரும்பா திருப்பாயாக.

- தீய காரியத்தைச் செய்யாமல் விடுவது நல்லது. ஏனென்றால், தீய செயல்கள் பிறகு துன்பத்தைத் தருகின்றன. நல்ல காரியத்தை நன்றாகச் செய். ஏனென்றால், நல்ல காரியத்தைச் செய்வதனாலே எவரும் துன்பம் அடைகிறதில்லை.

- நல்லொழுக்கமும் நல்லறிவும் உடையவராய்த் தீமைகளை நீக்கிய அறிஞர் கிடைப்பாரானால், அவரிடம் அன்புடனும் அக்கறை யுடனும் நட்புக்கொண்டு பழகு.

- இவ்வுலகத்திலே தாயை வணங்குவது மகிழ்ச்சிக்குரியது. தந்தையை வணங்குவது மகிழ்ச்சிக்குரியது. துறவிகளை வணங்குவது மகிழ்ச்சிக்குரியது. பேரறிஞராகிய ஞானிகளை வணங்குவது மகிழ்ச்சிக்குரியது.

- முதுமைப் பருவம் வருவதற்கு முன்பே சீலத்தைக் கடைப் பிடிப்பது மகிழ்ச்சிக்குரியது. அறநெறியில் உறுதியான நம்பிக்கையோடு இருப்பது மகிழ்ச்சிக்குரியது. அறிவை வளர்ப்பது மகிழ்ச்சிக்குரியது. பாவத்தை விலக்குவது மகிழ்ச்சிக்குரியது.

- மனம் வாக்கு காயங்களினால் தீய காரியங்களைச் செய்யாமல் இம் மூன்றினையும் அடக்கி ஆள்கிறவர் யாரோ அவரை நான் பிராமணன் என்று அழைக்கிறேன்.

- மயிரை வளர்ப்பதனாலோ, பிறப்பினாலோ, கோத்திரத்தினாலோ ஒருவர் பிராமணர் ஆகமாட்டார். யாரிடத்தில் உண்மையும் அறநெறியும் இருக்கிறதோ அவரே தூய்மையானவர். அவர்தான் பிராமணர் ஆவார்.

- எந்தப் பிராணியையும் அடித்துத் துன்புறுத்தாமலும்; கொல்லாமலும்; கொல்லச் செய்யாமலும் இருக்கிறவர் யாரோ அவரை நான் பிராமணன் என்று அழைக்கிறேன்.

- முன்பும் பின்பும் எப்போதும் பற்றுகள் இல்லாமல், உலக ஆசைகளை நீக்கிப் பற்றற்றவர் யாரோ அவரையே பிராமணன் என்று கூறுகிறேன்.

- ஒருவர் புத்த தர்மங்களை முழுவதும் கற்று மிக உரக்க ஓதி உபதேசித்தாலும் அவர் அச்சூத்திரங்கள் கூறுகிறபடி நடக்க வில்லை யானால், பிறருடைய பசுக்களைக் கணக்கெண்ணிக் கொண்டிருக்கும் இடையனை யொப்ப, துறவிகள் அடைய வேண்டிய பலனை அவர் அடையமாட்டார்.

- ஒருவர், புத்த தர்மங்களைச் சிறிதளவு ஓதினாலும் அவை கூறுகிறபடி நடந்து, ஆசை, பகை, மோகம் முதலியவைகளை நீக்கி, நற்காட்சி பெற்று மனமாசு அற்று இருவகைப் பற்றுக்களையும் விட்டவ ரானால், அவரே உண்மையில் துறவிகள் அடையும் உயர்ந்த பலனை அடைவார்.

* * *

இணைப்பு: 4

புத்தர் புகழ்ப் பாக்கள்

கீழ்க்கண்ட செய்யுள்கள் வீரசோழியம் என்னும் இலக்கண நூலின் பழைய உரையிலும் வேறு நூல்களின் உரையிலும் மேற்கோள் காட்டப்பட்டுள்ளன.

1. போதி, ஆதி, பாதம், ஓது!

2. போதி நீழல்
சோதி பாதம்
காத லால் நின்று
ஓதல் நன்றே!

3. உடைய தானவர்
உடைய வென்றவர்
உடைய தாள்நம
சரணம் ஆகுமே!

4. பொருந்து போதியில்
இருந்து மாதவர்
திருந்து சேவடி
மருந்தும் ஆகுமே

5. அணிதங்கு போதி வர்மன்
பணிதங்கு பாதம் அல்லால்
துணிபொன் றிலாத தேவர்
பணிதங்கு பாதம் மேவார்

6. விண்ணவர் நாயகன் வேண்டக்
கண்ணினி தளித்த காதல்
புண்ணியன் இருந்த போதி
நண்ணிட நோய்நலி யாவே.

7. மாதவா போதி வரதா அருள்மலா
பாதமே யோது சுரரைநீ தீதகல
மாயா நெறியளிப்பாய் வாரன் பகலாச்சீர்த்
தாயா யலகிலரு டான்.

8. முன்றான் பெருமைக்கண் நின்றான் முடிவெய்து காறும்
நன்றே நினைந்தான் குணமே மொழிந்தான் தனக்கென்
றொன்றானும் உள்ளான் பிறர்க்கே யுறுதிக் குழந்தான்
அன்றே இறைவன் அவன்தாள் சரணாங்க ளன்றே

9. தோடார் இலங்கு மலர்கோதி வண்டு
வரிபாட நீடு துணர்சேர்
வாடாத — போதி நெறிநீழல் மேய
வரதன் பயந்த அறநூல்
கோடாத சீல விதமேவி வாய்மை
குணனாக நாளும் முயல்வார்
வீடாத இன்ப நெறிசேர்வர்! துன்ப
வினை சேர்தல் நாளும் இலரே!

10. எண்டிசையும் ஆகி இருள் அகல நாறி
எழுதளிர்கள் சோதி முழுதுலகம் நாறி

வண்டிசைகள் பாடி மதுமலர்கள் வேய்ந்து
மழைமருவு போதி உழை நிழல்கொள் வாமன்
வெண்டிரையின் மீது விரிகதிர்கள் நாண
வெறிதழல் கொள் மேனி அறிவனெழில்மேவு
புண்டரிக பாதம் நம சரணம் ஆகும்
எனமுனிவர் தீமை புணர்பிறவி காணார்

11. மிக்கதனங் களை,மாரி மூன்றும் பெய்யும்
வெங்களிற்றை, மிகுசிந்தா மணியை, மேனி
ஒக்கஅரிந் தொருகூற்றை, இரண்டு கண்ணை
ஒளிதிகழும் திருமுடியை, உடம்பில் ஊனை,
எக்கிவிழுங் குருதிதனை, அரசு தன்னை,
இன்னுயிர் போல் தேவியை,ஈன் றெடுத்த செல்வ
மக்களைவந் திரந்தவர்க்கு மகிழ்ந்தே யீயும்
வானவர்தாம் உறைந்தபதி மானா வூரே.

12. வான் ஆடும் பரியாயும், அரிண மாயும்,
வனக்கேழல் களிறாயும், எண்காற் புள்,மான்
தானாயும், பணைஎருமை ஒருத்த லாயும்,
தடக்கை யிளங் களிறாயும், சடங்க மாயும்,
மீனாயும்,முயலாயும், அன்ன மாயும்,
மயிலாயும், பிறவாயும், வெல்லுஞ்சிங்க
மானாயும் கொலைகளவுகள்பொய் காமம்
வரைந்தவர்தாம் உறைந்தபதி மானா வூரே.

13. வண்டுளங்கொள் பூங்குழலாள் காதலனே உன்றன்
மக்களைத்தா சத்தொழிற்கு மற்றொருத்த ரில்லென்(று)
எண்டுளங்கச் சிந்தையளோர் பார்ப்பனத்தி மூர்க்கன்
இரத்தலுமே நீர்கொடுத்தீர் கொடுத்தலுமத் தீயோன்
கண்டுளங்க நும்முகப்பே யாங்கவர்கள் தம்மைக்

கடக்கொடியாலே புடைத்துக் கானகலும் போது
மண்டுளங்கிற் றெங்ஙனே நீர்துளங்க விட்டீர்
மனந்துளங்கு மாலெங்கள் வானோர் பிரானே,.

14. கூரார் வளைவுகிர் வாளெயிற்றுச் செங்கண்
கொலையுழுவை காய்பசியால் கூர்ந்தவெந்நோய் நீங்க
ஓரா யிரங்கதிர்போல் வாள்விரிந்தமேனி
உளம்விரும்பிச் சென்றாங்கியைந்தனைநீ யென்றால்
காரார் திரைமுளைத்த செம்பவளம் மேவுங்
கடிமுகிழ்த்த தண்சினைய காமருபூம் போதி
ஏரார் முனிவர்கள் வானவர்தங் கோவே!
ஏந்தாய்! அகோ! நின்னை ஏத்தாதார் யாரே!

15. வீடுகொண்ட நல்லறம் பகர்ந்துமன் பதைக்கெலாம்
விளங்கு திங்கள் நீர்மையால் விரிந்திலங்கும் அன்பினோன்
மோடுகொண்ட வெண்ணுரைக் கருங்கடல் செழுஞ்சுடர்
முளைத்தெழுந்த தென்னலாய் முகிழ்ந்திலங்கு போதியின்
நாடுகின்ற மூவகைப் பவங்கடந்து குற்றமான
ஐந்தொடங்கொர் மூன்றறுத்த நாதனாள் மலர்த்துணர்ப்
பீடுகொண்ட வார்தளிர்ப் பிறங்குபோதி யானையெம்
பிரானைநாளும் ஏத்துவார் பிறப்பிறப் பிலார்களே.

16. வண்ணக ஒத்தாழிசைக் கலிப்பா

(தரவு)

திருமேவு பதுமஞ்சேர் திசைமுகனே முதலாக
உருமேவி யவதரித்த உயிரனைத்து முயக்கொள்வான்
இவ்வுலகுங் கீழுலகும் மிசையுலகும் இருணீங்க
எவ்வுலகுந் தொழுதேத்த எழுந்தசெழுஞ் சுடரென்ன
விலங்குகதிர் ஓரிரண்டு விலங்கிவலங் கொண்டுலவ
அலங்குசினைப் போதிநிழல் அறமமர்ந்த பெரியோய்நீ.

(தாழிசை)

மேருகிரி இரண்டாகும் எனப்பணைத்த இரும்புயங்கள்
மாரவனி தையர்வேட்டும் மன்னுபுரம் மறுத்தனையே!

வேண்டினர்க்கு வேண்டினவே யளிப்பனென மேலைநாள்
பூண்டவரு ளாளநின் புகழ்புதி தாய்க் காட்டாதோ!

உலகுமிக மனந்தளர்வுற் றுயர்நெறியோர் நெறியழுங்கப்
புலவுநசைப் பெருஞ்சினத்துப் புலிக்குடம்பு கொடுத்தனையே!

பூதலத்துள் எவ்வுயிர்க்கும் பொதுவாய திருமேனி
மாதவனீ என்பதற்கோர் மறுதலையாக் காட்டாதோ!

கழலடைந்த வுலகனைத்தும் ஆயிரவாய்க் கடும்பாந்தள்
அழலடைந்த பணத்திடையிட் டன்றுதுலை ஏறினையே!

மருள்பாரா வதமொன்றே வாழ்விக்க கருதியநின்
அருள்பாரா வதமுயிர்க ளனைத்திற்கு மொன்றாமோ!

(அராகம்)

அருவினை சிலகெட ஒருபெரு நரகிடை
எரிசுடர் மரைமலர் எனவிடு மடியினை.

அகலிடம் முழுவதும் அழல்கெட வமிழ்துமிழ்
முகில்புரி யிமிழிசை நிகர்தரு மொழியினை.

(ஈரடி அம்போதரங்கம்)

அன்பென்கோ ஒப்புரவென்கோ ஒருவ னயில்கொண்டு
முந்திவிழித் தெறியப்பால் பொழிந்தமுழுக் கருணையை.

நாணென்கோ நாகமென்கோ நன்றில்லான் பூணுந்
தீயினைப் பாய்படுத்த சிறுதுயில்கொண் டருளினை.

(ஓரடி அம்போதரங்கம்)

கைந்நாகத் தார்க்காழி கைகொண் டளித்தனையே!
பைந்நாகர் குலமுய்ய வாயமிழ்தம் பகர்ந்தனையே!

இரந்தேற்ற படையரக்கர்க் கிழிகுருதி பொழிந்தனையே!
பரந்தேற்ற மற்றவர்க்குப் படருநெறி மொழிந்தனையே!

எனவாங்கு

(சுரிதகம்)

அருள்வீற் றிருந்த திருநிழற் போதி
முழுதுணர் முனிவநிற் பரவுதும் தொழுதக
ஒருமன மெய்தி இருவினைப் பிணிவிட
முப்பகை கடந்து நால்வகைப் பொருளுணர்ந்து
ஓங்குநீர் உலகிடை யாவரும்
நீங்கா இன்பமொடு நீடுவாழ் கெனவே.

* * *

www.ingramcontent.com/pod-product-compliance
Lightning Source LLC
LaVergne TN
LVHW100254051026
849517LV00006B/2083